மீனுடன் நின்ற கடவுள்

இலக்குமிகுமாரன் ஞானதிரவியம் .ந.

வேரல்
புக்ஸ்

வேரல் புக்ஸ்

வேரல் புக்ஸ் வெளியீட்டு எண்: 103

மீனுடன் நின்ற கடவுள் ∗ இலக்குமிகுமாரன் ஞானதிரவியம்.ந.© ∗ கவிதைகள் ∗
முதல் பதிப்பு: டிசம்பர் 2023 ∗ பக்கங்கள்: 204 ∗
வேரல் புக்ஸ் ∗ 6, இரண்டாவது தளம், காவேரி தெரு, சாலிகிராமம், சென்னை - 600093 ∗
மின்னஞ்சல்: veralbooks2021@gmail.com ∗ தொலைபேசி: 9578764322 ∗
அட்டை வடிவமைப்பு: லார்க் பாஸ்கரன் ∗ லேஅவுட்: சந்தோஷ் கொளஞ்சி

Meenudan Nindra kadavul ∗ Ilakkumikumaaran Gnanathiraviyam.N.© ∗ Poems ∗
First Edition: December 2023 ∗ Pages: 204 ∗
Veral Books ∗ No: 6, 2nd Floor, Kaveri Street, Saligramam, Chennai - 600093 ∗
Email ID: veralbooks2021@gmail.com ∗ Phone: 9578764322 ∗
Wrapper Designed by: Lark Bhaskaran ∗ Layout Designed by: Santhosh kolanji

Rs. 250

ISBN: 978-81-967929-4-7

கொண்டாடப்பட வேண்டிய நவீன மனம்

எண்பதுகளின் பிற்பகுதியில் நவீன கவிதை எழுத ஆரம்பித்து இன்றுவரை தீவிரமாக கவிதை எழுதிக் கொண்டிருக்கும் சிலரில் குறிப்பிடத்தகுந்தவர் கவிஞர் இலக்குமிகுமாரன் ஞானதிரவியம்.

எழுத்தாளர் சுஜாதாவால் கவனிக்கப்பட்டு வெகுவாகப் பாராட்டப்பட்டவர். தஞ்சை மக்களின் வாழ்க்கையையும், வேளாண் சமுதாயம் எதிர்கொள்ளும் இன்னல்களையும் துல்லியமாகத் தன் கவிதையில் வடித்தெடுத்தவர், கிராமிய வாழ்வின் பாடுபொருளின் வாயிலாக மனிதனுக்கான விடுதலையைத் தேடுபவர்.

அவருடைய கவிதைகளைத் தொடர்ந்து வாசிக்கும் ஒருவருக்குத்தான் அவர் முன்வைக்கும் அரசியல் புரியும். அதிகாரத்துக்கு எதிராகவும் அடக்குமுறைக்கு எதிராகவும் குரலெழுப்ப ஒரு போதும் தயங்கியதில்லை அவர். போகிற போக்கில் வாழ்வின் அபத்தங்களைச் சுட்டிக்காட்டும் அவர் கவிதைகள், நவீன மனத்தின் பல்வேறு சிந்தனை அடுக்குகளை மிகத் துல்லியமாகப் பிரதிபலிப்பவை. அனுபவம் அவரை எங்கே கொண்டுவந்து சேர்த்திருக்கிறது என்பதற்கு அவருடைய ஒவ்வொரு கவிதையுமே சாட்சி.

இன்றைய கவிதை மொழியைச் சரியாகக் கண்டடைந்து அதன் வாயிலாக ஒரு புதிய உலகம் படைக்கிறார் கவிஞர். இயற்கைக்கும் மனிதனுக்குமிடையே உள்ள உறவைச் சித்தரிக்கும் அவர், எவ்வாறு நவீன வாழ்வு இந்த உறவில் விரிசல் ஏற்படுத்துகிறது

என்பதை நுட்பமாக வெளிப்படுத்துகிறார். மண் என்பது மண் மட்டுமல்ல அவருக்கு. அது ஒரு மகத்தான பேரியக்கம்; பேரதிசயம். ஆராவாரமின்றி அதேசமயம் மிகுந்த பொறுப்புணர்வுடன் கவிதை எழுதுபவர்களில் ஞானதிரவியம் பிரதான இடம் பிடிக்கிறார். 'கவிதை என்பது அரசியல் செயல்பாடு ஏனெனில் அது உண்மையைப் பேசுகிறது' என்கிறார் அமெரிக்க கவிஞர் ஜூன் ஜார்டன். கவிஞர் ஞானதிரவியத்தின் கவிதைகள் உண்மையைப் பேசுபவை. உண்மை கொண்டாடப்பட வேண்டும் என்பதை யார்தான் மறுக்க முடியும்?

அன்புடன்

தபசி

பாயிரம்

அதிகாரம் ஆடுகிறது. வண்ண வண்ண வன்முறைகளை அது குடிமக்களின் மீது மேற்கொள்கிறது. முடியாவிட்டால் கோபுர மேறித்தெளித்து ஆசீர்வதிக்கிறது. இயலாது போனால் தந்திரமாக வண்டிகளில் ஒலிபெருக்கி கட்டிக்கொண்டு அம்மா மாரே.. அய்யா மாரே.. என்று கூவிக்கூவி அழைத்து வீடுகளுக்குள் ஊடுருவுகிறது.

இந்த அதிகாரம் பூமியின் மீதும் நிகழ்த்தப்படுகிறது இது தவறென, 'எல் நினோ' விளைவின் மூலமாகவும் பனிப்பாறைகளின் உருகுதல் வழியாகவும் பெருந்தொற்று மற்றும் தீரா நோய்களின் வடிவிலும் பூமி உணர்த்திக் கொண்டேயிருக்கிறது.

அதிகாரத்தின் கதிர்வீச்சுகளை உணர்ந்துகொள்ள சாதாரண மனிதர்க்கெல்லாம் நுண்ணுணர்வு இல்லை என்று அது கணக்கிடுகிறது. ஆனால் உண்மையில் அதிகாரத்தின் இந்த நுண் தாக்குதலை; மிகச் சாதாரணமானவராகக் கருதப்படும் ஒவ்வொரு மனிதரும் உணர்ந்தே இருக்கிறார். அவர் பேசாமல் இருப்பதனால் அதிகாரத்தை ஏற்றுக் கொண்டதாகப் பொருளில்லை.

மக்களனைவரும் பிழைப்புத் தேடித் துரத்தப்படும் சமூக அமைப்பில், அவர்கள் கண்டதை விண்டுரைக்க வாய்ப்புகள் குறைவாகவே இருக்கின்றன. ஆனால் கவிஞர் தமக்கான இந்த வாழ்விலிருந்து அவ்வப்போது ஆங்காங்கே கவிதைகளைக் கண்டெடுக்கிறார்.

ஒரு கவிதை விதையைப் போன்று முழுமையானதாகவும் பல ஆயிரமாண்டுகள் உயிர்த்திருந்து முளைக்கும் வல்லமையோடும் ஓர் உள்ளியங்கு ஆற்றல் மையமாகவும் விளங்குகிறது.

காலந்தோறும் நிகழும் வடிவ மாற்றங்களைக் கவிதை ஏற்றுக்கொண்டே இயங்கினாலும் அது கொண்டிருக்கும் 'காணுதல்' தான், அதன் ரசனையால் விளையும் மகிழ்வை; அறிவியல் பூர்வமான திறனாய்வுப் பார்வையை; விடுதலைக்கான விழிப்பை வாசகரின் மனதில் காலங்கடந்தும் ஏற்படுத்துகிறது.

கவிதை தன்னைத் தளைத்த அனைத்து விதிகளையும் உதிர்த்துக்கொண்டுவிட வேண்டும் என்றே நான் விரும்பினேன். விதிகளையும் கவிதை சார்ந்த நுட்பங்களையும் பயில்வதிலும் பழகுவதிலும் எனக்கு எந்த ஆர்வமும் எப்போதுமே இருந்ததில்லை. கவிதை தேன் அல்ல. அது தேனீக்களின் அடிவயிற்றில் உருவாக்கப்படுகிறது. மாறாக... அது மது... (NECTAR)... வாழ்வு எந்த மூலங்களிலிருந்து முளைத்து இயங்குகிறதோ, அந்த மூலங்களிலிருந்தே கவிதைகள் கண்டெடுக்கப்படவேண்டும் என்பது என் அரசியற் செயற்பாடாகும்.

இந்நூல் வெளிவர உதவிய கவிஞர்கள் தபசி, கரிகாலன், லார்க் பாஸ்கரன், அம்பிகா குமரன், சந்தோஷ் கொளஞ்சி, வேரல் பதிப்பகத்தார் ஆகியோர்க்கு என் நன்றிகள். எனது கவிதைகளை வெளியிட்டு உதவிய மணல் வீடு, உயிர் எழுத்து, புன்னகை, சங்கு, தாமரை முதலிய இதழ்களுக்கும் என் நெஞ்சார்ந்த நன்றிகள்.

இனிய தோழமையுடன்
இலக்குமிகுமாரன்.ந.
3/16 நடேசம் அத்திவெட்டி — அஞ்சல்
பட்டுக்கோட்டை வட்டம்
தஞ்சை மாவட்டம்
9894252103

தீத்துமி

தீத்துமியின் உறை நிலைக் கிரீடத்தைத்
தலையில் சூடிய தீக்குச்சிகள்
கொத்தாகச் சிதறிக் கிடந்த இடத்தில்
நிற்க முடியாத அளவிற்குக்
கெட்ட வாடை வீசியது..

ஒன்றுமே நிகழாதது போல
நகைச் சுவை பரிமாறி
வெடித்துச் சிரித்தவண்ணம்
மனிதர்கள் அவ்விடத்தைச்
சுத்தம் செய்கின்றனர்..

நேற்றிரவு கூடியவர்களின்
மது மயக்கப் போழ்துகளில்
கை நழுவியவை இத்தீக்குச்சிகள்..
இவற்றோடு பிறந்தவைகளில்
சில எரிந்து எரித்த பின்னர்
இவற்றிற்கென இனிச் சந்தர்ப்பமில்லை..

கெட்ட வாசனையை தீய்க்கும் வல்லமை
இவற்றின் தலைகளுக்கில்லை..
மதுப் புட்டிகளை இவற்றால்
எரிக்க இயலுமென்றாலும்
அனல் காட்டி புனல் போக்கி
எடுத்துரசிப் பற்றவைக்க எவருமிலர்.

அவரவர்க்கு இந்த இயங்கு வீதியின்
இரு மருங்கிலும் வேலைகள்
காத்திருக்கின்றன..

ஒரு ஆயிரங்கோடி மனிதர்க்கு
உணவளிக்கும் ஒரு அடுப்பை மூட்டவும்
நெகிழிப் பொருள்கள் என
பூமியின் பர்வதப் பரப்பைவிட உயரமாக
கணந்தோறும் சேர்ந்து கொண்டேயிருக்கும்
அறியாமைக் குப்பைகளில்
எங்கேனும் ஒரு மூலையில்
பற்றியெரியவும் பயன்படவும்

தீக்குச்சிகள் எல்லாம்...

முட்டுச் சந்துகளில்..
அறையிருள் படர்ந்த வீதிகளின் வால் நுனிகளில்...
நகர விசம் பரவத் தொடங்கியுள்ள
கிராமத்து ஒதுக்குப் புறங்களில்...
காட்டுப் பகுதிகளில்..
சிதறிக் கிடக்கின்றன..

....எல்லாவற்றையும்
கொசுக் கடியென
மறந்துபோகும்
இந்த மானுட சாகரத்தின்
பேரலை வீச்சுக்களில்...

21-10-2022ல்....

வாசலில் நிற்பது... II

காலமே குழைந்து திரண்டு கட்டளைகளுக்குக்
கட்டுப்படும் விலங்காகி என் காலடியில் அமர்ந்து
சேவகங்கள் செய்து கொண்டிருந்த முகிழ் பருவத்தில்..

உன் பணிகளைச் செய்வித்துக் கொள்ளவென
கைக்கெட்டியவரைக் காலமளைந்து
பெருச்சாளியைத்தான் நீ உருவாக்கி வைத்திருந்தாய்..

நாற்றமெடுக்கும் உடலமைப்பும்
கழிவுகளையுண்ணும்
உணவுப்பழக்கமும்
இரவில் தூங்காதலையும்
தறுதலை வாழ்வும்
கொண்ட அதனால்
வண்டியிழுக்க உழவு செய்ய வழி வகையற்றிருந்தது..
நீ வருவாய்... நான் தருவேன்..
உன் உழவின் மீதும் ஒரு அக்கறை எனக்கிருந்தது..

இன்று

காலத்தைச் சுமந்து குழைந்துத் திரட்ட இயலாதவனாய்
நான் ஓய்ந்திருக்கிறேன்...

உன் காலம் உன் கக்கத்திலிருக்கிறது..
நீ சிங்கங்களையும் காளைகளையும்
வார்த்துக் கொண்டிருக்கிறாய்..
உன் உழவு தழைத்திருக்கிறது...

மகிழ்வுதானெனக்கு...
வரவில்லையே என்கிறாய்..
வரவே மாட்டேன்..

கொஞ்சம் தண்ணீர் வெய்யில்
கரிக்காற்றிருந்தால்
போதும்
உலகிற்குச் சோறிடும் ஆதிக்குடிவந்த
உழவன் நான்..
கைக்கெட்டியவரை கைகளால் நிலம் கீறி
கீரையும் பீர்க்கும் விதைத்துக் கொள்வேன்..

வாசலில் வந்து நின்று பழக்கமில்லை..

இன்றும் கூட நாலு பருக்கைகளை
எறும்புகளுக்கு வழங்க இயலுமென்னால்..

வேளாண்மை என்பதற்கு வழங்குதல் என்று பொருள்
கண்டான்
என் பாட்டாதி பாட்டன்.. பூட்டாதி பூட்டன்...

12-4-2022ல்

அறம் தாங்கி...

மாயப் பெரும் புகையாய்க் கவியும்
சிறுநீரின் அடர் நெடியைத் தாங்காது
விழுங்கிய கனம் தாளாமல்
பாம்புகள் ஆராட்டியமாக
மயங்குவதைப் போல
நெளிகிறது பேருந்து நிலையம்..

நிலக்கடலை வறுவலின்
வாசனையைக் கொல்லும்
தூசி படிந்து கம்மிய பேச்சரவம்
கவனத்தில் பதியாது வியாபிக்கிறது..

தத்தமது பிள்ளைகளின் கனவுகளை
புலி விரட்டிய அதே முறங்களில்
அடுக்கி வைத்துக் கொண்டு
பனங்கிழங்கு எனக் கூவுகிறார்கள் பெண்கள்..

சர்க்கரை நோய் மற்றும் குடற்புண்
ஊக்கிகளை
வண்ணப் புட்டிகளில் நிரப்பி
விற்றுக் கொழிக்கிறது உலகமயம்..

தங்கள் பெண்ணுடல் இதுகாறும்
தாக்குதலுக்கு ஆளாகவில்லை
கவலையற்றுத் தூங்குக..
வந்து விடுவோம்
என அலை பேசிச் சிரிக்கிறது
பாளைக் கூட்டம்..

இந்நிலையத்து பட்டத்து இளவரசிகளுள்
ஒருத்தியை வாழ்க்கைக்குள் கொண்டுவர

பத்தாயிரம் மெய்ப்பாடுகளை அபிநயிக்கப்
போராடுகிறது காளைக் கூட்டம்..

ஓடோடிச் சென்று ஏறுவதற்குத்
தடையாகத் தொங்கும் தோல்விகளைச்
சுமந்து தள்ளாடுவோர் பேரதிகம்..

வெற்றிகளைக் கைகளில் இடுக்கிக் கொண்டு
இலகுவாக வண்டியேறுபவர்கள்
சிற்சிலரே..

புற்றுநோயின் பிரதியொன்றில்
மடிக்கப்பட்ட
அரசங்காடியின் அரிசி நாற்றத்தில்
மலர்ந்த இட்டிலிகளை
இறுதி இருக்கையிலமர்ந்து
மெல்லும் ஓட்டுநர்
காலமெல்லாம் இதுதான் காலமாவென
கண்ணீர் சுரக்கிறார்
பச்சை மிளகாய் கடிபட்டதாய்...

உடம்பிலும் வாழ்விலும் குறியற்றோர்
சில பொற்காசுகளைப் பெற்றுக் கொண்டு
சபிக்கப்பட்ட இந்த நிலையத்தை
உச்சியில் தொட்டு ஆசீர்வதிக்கின்றனர்..

எல்லா தேவன்களும்
இரவுக் கழைப்பவர்கள்தாம் போல..
இவர்களுக்கென அறக்கோட்டம்
அமைத்தாலென்ன என்று
மெய்நிகர் விளையாட்டில்
ஆயுள் கரைக்கும் பக்கத்தாமவரைக்
கேட்கிறாள் ஒரு மணிமேகலை..

தூக்கத்தில் விழித்தவர் போல் மிரளும்
அவரிடம்
இந்த வண்டி
சந்திரமண்டலத்திற்குப் போகிறது
என்கிறாள் ஒரு கிழவி...

இவருக்கு மட்டும்
இளமையாய்ப் பார்த்து இடறிக்கொள்கிறோம்
என்ற பிரக்ஞை வர...

இல்லை..
தவறவிட்ட ஒரு துணுக்கை
மாகடலில் துழாவுகிறீர்கள்
என்பதான குமிண் சிரிப்புடன்...
இந்நிலையத்தை
அழுக்கு மூட்டையாய்த் தூக்கி
தலையில் வைத்துக் கொண்டு
நிறைவிலா ஒளிவளர் அழகுமிளிர்
அங்கங்கள் குலுங்க
விறுவிறுப்பாக நடக்கிறது
காலம்..

10-12-202ல்

துளிர்

வெண்டைக் காய்கள்
குவியலாகக் கிடக்கின்றன..
ஒரேயொரு அழகான இளமையான
வெண்டைக்காயில் நுண்ணிப்பாக
விழி குவித்து
விற்பனைப் பெண்ணிற்குப் பின்னாலிருக்கும்
வைப்பறைத் தொகுப்பைத் திரையாக்கி
வெண்டைக்காய் கொல்லையைக்
காட்சியாய் விரிக்கிறேன்.

அவைகள் வரப்புகளின் ஓரங்களில் கூட
அம்மாவின் விரல்களாய்க்
காய்த்துக் கிடந்தன..
வெப்பமும் சொணையும் கலந்த
வாசனை வந்து ஆட்கொள்ளும்
கொல்லையில்
சின்னச் சின்னதாக முகிழ்ப்பவற்றைப்
பறித்து முறுக்கு போல் மென்றுகொண்டே
நடப்பார் அப்பா.

வெண்டியைப் பழக்க
அம்மா எடுத்துக் கொண்ட முயற்சிகள்...
விழுந்த அடிகள்..

செடியுரசி தொடைகளில் எழுந்த அரிப்பு..
இலைகளில் நெளியும்
தொப்புள் விரியன் எனும்
பச்சைப் புழுக்கள்..

கிணற்று நீர் பனுக்கப்படும்
மணற்கொல்லையின் மழைவாசனை..

வேம்பின் நிழலில் மயங்கி நிற்கும்
ராமாயி..

விளைச்சலில் ஒரு சாகசத்தை நிகழ்த்திய
பூரிப்பில் நிமிரும்
அப்பாவின் கம்பீரம்..

எங்கள் காலையாய் அரும்பி நிற்கும்
வெண்டிப் பூக்கள்..

சின்னஞ்சிறு பிஞ்சுகள்...

வெண்டைக்காய் என்பது
எனக்குக் காலம்..
காலத்தினொரு அங்கம்..

நுனி ஒடித்து வாங்க வேண்டும்
மக்களே..
வெண்டைக்காய் ஊறிய தண்ணீர்
இன்சுலினைக் கட்டுப்படுத்துகிறது..

நினைவாற்றலைப் பெருக்குகிறது..

எல்லாம் வலையொளியில் இருக்கிறதப்பா..
ஒரு ஐஸ்க்ரீம் வாங்கிக் கொள்ளவா...

07-07-2020 ல்

இறுதியில்
நான் அரச மரத்தில்
ஏறிக்கொள்வது எனத் தீர்மானித்தேன்.

புரட்டிப் புரட்டிப் போட்டு
உறிஞ்சிக் கொண்டே இருக்கிறார்கள்..

இனி தரை மீது வசிப்பது வாழ்வதாகாது..

என்னைப் போன்றோர்கள்
அதிகமானோர்கள் இருக்கிறார்கள்தான்..
நான் அவர்களைவிட சற்றே உயர்ந்தவராக
இருக்கிறேன்..
அவர்கள் பன்னிரண்டு முறை புரட்டப்பட்டால்
என் முதுகில் இரண்டு முறைதானே
மண் ஒட்டுகிறது..
என்னைப் பார்த்து
அவர்களும் பொறாமைப்படுகிறார்கள்..
என் மகனைத் திருடன் என்கிறார்கள்..
மனையாட்டியை லூசு என்கிறார்கள்..

நாங்கள் இணைந்தெதிர்க்க
வாய்ப்பே இல்லை..

குளீருட்டப்பட்ட அறையில்
அடுக்கப்பட்ட அட்டைப் பெட்டிகளின்
இடுக்குகளின் வசதிகளில்
வசிக்கப் பழகிக்கொண்ட
குளூரிகளுக்கு
தென்னந் தூரடியில் மண் தோண்டி
வளை நிறுவும் நெருப்பெறும்பையும்
இடி மின்னலையும் அழகான மழையையும்
தெரியாது..
தெரிந்து கூட இருக்கலாம்

ஆனால் குளூரிகள் தெரிந்துகொள்ளுதலை
விரும்பவில்லை..

அரசமரங்கள் ஆயிரமாண்டு பழமை வாய்ந்தவை

அவைகளின் மீதிருக்கையில்
நான் வானத்துக்கு அருகில் இருக்கிறேன்..
'விழுந்தா சட்னிதாம் மாப்ளேய்'
என்று குரலும் கீழிருந்து கேட்கத்தான்
செய்கிறது...

அரச மரத்துக்காரரானதால்
இனி உலகம் முழுமைக்குமான
தொடர்பும் அங்கீகாரமும்
எனக்கு வாய்க்கும்..

மரங்கள் காற்றில் வீழும்
மண்ணில்தான் நானும் வீழ்வேன்..
என்பனவெல்லாம் அறிந்தும்
என் வாதத் திறமையால் நானும் என் சந்ததியும்
வானத்திற்கருகில் இருப்பதாய்
நிறுவிக்கொண்டேயிருப்போம்..

நிறுவுதலில் ஆயுள் கரைந்தால்
வரலாறாகலாம்..

ஆகா மக்களே..
ஓகோ மக்களே..
எல்லோரும் வாருங்கள்..
மரமேறிக் கொள்ளுங்கள்..

விடுதலை.. விடுதலை..

30-5-2023ல்

இருக்கையில் இருக்கையில் வந்து பார்த்தால்
நலம்..
என்பது இவர் எண்ணம்..

வரும்போதெல்லாம் இருக்கையிலிருக்க வேண்டும்
என்பது அவரின் எதிர்பார்ப்பு..

இருக்கையில் இருக்கையில் தானே
கடுதாசிகளை ஆய்வுசெய்ய வாய்க்கும்..

இருக்கையில் இருந்தால்தானே..
காகிதங்களைத் தந்து பேச இயலும்

இருக்கையிலிருப்பதும் இல்லாமலிருப்பதும்
பருக்கை தொடர்பானதுதான்..
ஆனால்
பருக்கை செய்கிறவர்களை
இருக்கையிலிருப்போர்
நணுகாமல்
துரந்தும் கரந்தும் இடீர்

என்றேதான் கோப்பெழுதுகின்றனர்..

பருக்கை செய்வோரோ
இருக்கையிலிருப்போரை
அஞ்சேல் என்றே..

கதிருமிழ்ப் புள்ளி நேர்மேலே
நிற்கும் போதும்...
உழுகின்றனர்..

ஆனாலும்

மதிய வேளைகளில்
இருக்கையிலிருப்போரின் லஞ்ச் பேக்கிலிருந்து
மைதானத்தில் மோதிக் குதிக்கும்
கால்பந்தாய்
அலுவலகச் சாப்பாட்டறை முழுவதும்
குதிக்கிறது பிளாஸ்டிக் அரிசி...

09-10-2022 ல்

ஒரு நடைப் பயிற்சிக்குத் துணைக் கழைக்கப்படுதல்
மிகவும் சிக்கலானது..

நீராடுதல் வேறு நனைதல் வேறு..
பார்த்தல் வேறு திளைத்தல் வேறு..
சொல்லுதல் வேறு இன்புறுதல் வேறு..

நடப்பதென்பது கலப்பதாகும்..
நடைபயில்வதென்பது பிரிவதாகும்..

கனமாக இருக்கிறது செருப்பு..
அவரின் மெல்லிறகுக் கனபாதுகை
விரிந்து கிடக்கும் கண்பீழைப் பூக்களை
கருகச் செய்கின்றன..

காட்டுச் செடிகள் அடர்ந்துவிட்டனவல்லவா
என ஒளிரும் கையகலத் திரை விரிக்கும்
அவருக்கு

மூத்திரத் தாரைக்கல் அகற்றியென
சொல்லலாம் என்றால்..
நான் வேப்பங் கொழுந்தையல்லவா
மெல்கிறேன்..

பேரண்டப் பேரழகின் துண்துளிப் பகிர்வாய்
கீழ்வானத்தில் எழும்
காந்தள் நிறக் கதிர் காட்டிச்
சிரித்தால்..

சாருக்கு எல்லாமே ஃபன்தான் என்று
வியர்வையில் நனைகிறார்..

ஆறேழு இருக்குமா..
நாய்களெல்லாம் நாய்கள்தான்..

எனச் சிரிக்குமவரிடம்

கீழே அடியில் கிடக்கும்
குட்டி செத்தது தெரியாமல்
மேலே உறங்குகின்றனவே
எனவதிர்ந்து அமர்ந்தால்..

சார்.. போய்ச் சேர தூரமிருக்கிறது..
எரிக்கக் கலோரி பாக்கியிருக்கிறது..
எழுந்தோட வாருங்கள்

என அழைப்பது ஓர் ஆணை..

    யார் கதகதப்புப் பெற..
    யார் சாவது..

நடை தளர்கிறது எனக்கு..

    நடப்பதறியாமல்
    நடந்தென்ன...

06-03-20 ல்

பயணம்

காலத்தை ஊடறுக்கும் துளிர் வன்மமாய்
வெளுத்து உறைந்து பரந்து நிலைத்திருந்தது
வெய்யில்..

தொடை வெளியில் பால் காம்பு தேடும்
குறுங்குட்டியென
இலட்சோப இலட்ச முகங்களால்
முட்டி முட்டி கருணையை இறைஞ்சுகின்றன
மரங்களும் தாவரங்களும்..

பாகின் பிசுபிசுப்பாக
நெகிழும் தருணங்களால்
பயணிக்கும் வாகனங்களில்
தண்ணீர்த் திவலைகளை
சுரக்கக் கோரும்
மந்திரம் முணுமுணுத்து
தியானித்துக் கிடக்கின்றனர் பயணிகள்..

மூத்திர நாற்றம் சுமக்கும்
தூசுகளை உறிஞ்சியவண்ணம்
காட்சியிலிருக்கும் ஆட்டுக்கால் கேக்..

காலம் வெளியேறிய பின்
சுருங்கும் நினைவுகளாக
வெள்ளரிப் பிஞ்சுகள்..

மண்ணெண்ணெய் கலந்த
நீராவியால் தூக்கிச் சுமக்கப்படும்
முதலுக்கும் முதல்நாளில் மீந்த
நிலக்கடலை..

இவற்றுள் யாதொன்றையும் நாடாமல்
சிறு குடலுக்குப் பெருங்குடலையும்
பெருங்குடலுக்குச் சிறு குடலையைம்
உண்ணத் தந்து ஊரும் கணங்கள்..

ஒரு முட்டை லாபாவிற்காகவும்
எலுமிச்சை கலந்த சர்பத்திற்காகவும்
ஆக்ஸிலேட்டரை மிதித்து மிதித்து..

வெக்கையில் தனித்துறங்கும்
இளம் மனைவியின்
அக்குள் மணக்கும் மதுரபொழுதொன்றில்
உண்ணப் போகும்
வெள்ளாம் பொடிக் குழம்பை..
வெற்றுப் பார்வையால் தின்றபடி..
இந்தக் கருவை சூரையாடும்
பாலையில் இயக்கும்
ஓட்டுநர்.. நடத்துநர்..

எதனைக் குடித்தாயினும்
எக்காரணம் பொருட்டாயினும்
உள்ளே எல்லோர்க்கும்
பயணம்
மொத்தத்தில்
தனித்தனியே.. சித்தும்.. அசித்துமாய்..

நடத்துநரும் ஓட்டுநரும்
நீண்டு மீளும்
காலம் சுமக்கும் கல்லாக..

10.04.2017ல்

கடவுள்

அதிகாலைக் கருக்கலில்
சன்னல்களற்றத் துணிக் கடைகளுக்கு
தீ மூட்டிவிடுகிறார்..

ஒரே குடைக்குள்
மொழிகளை
பண்பாடுகளை
கருத்துருக்களை
இனங்களை மொழிகளைக்
கொண்டு வர
முயன்றால்
இப்படித்தான் ஒரு நாள்
தீப்பிடிக்குமென்கிறாரோ கடவுள்..

கடவுள் மிகவும் நல்லவர்..
எல்லாவற்றையும் அவர்
வெளிப்படையாகச் சொல்வதில்லை..

01.06.2017ல்

கழித்தது
எரித்தது
புதைத்தது
விழுந்தது
அழுந்தியது
புகைந்தது
கரைந்தது
வழிந்தது
மக்குவது
மக்காதது
எல்லாவற்றையும்
ஏற்றுக்கொள்கிறது
மண்..

மண் நிறமல்ல அதற்கு
மண் குணம்..
கிழித்தாலும் கிழியாது
தண்ணீரைப் போல..
எரித்தாலும் தீராது
சாகரங்களென..

மறைத்தாலும் மறையாது
புணரிச்சையாய்..

வடிவமில்லை.. வயதில்லை..
மாறிக் கொண்டேதானிருக்கும்..
ஆயினும் நிலையானது
நன்னீள் விசும்பென..

கூடத்தான் வாழும்
நிழல் போலல்ல..
விட்டொன்றும் விலகாது
உயிரசைவாக..

கோடிப்புலன்களால்
கண்காணித்துக் கொண்டிருக்கும்
உங்கள் கடவுளரைப் போலவே
அதுவும்..

மீறலை
துரோகத்தை
தாக்குதலை
அழித்தொழிப்பை
தாங்கிக்கொள்ளும் அது

வெகுண்டெழுந்து விழுங்கும்

பிறழ்வுகள் தவறுகள்
பிள்ளைகளைத் தின்னும்
பொழுதொன்றில்...

எழுந்து நின்று
நடவடிக்கை எடுத்ததற்கோ
விழுங்கிச் செரித்ததற்கோ
எந்தத் தடயமும் எப்போதுமே
கொண்டதில்லை..

மொழியைப் பருகி
மூதாதைகளின் வாழ்வைச் சூடி
உங்களுடனே வசிக்கிறது
அந்த ஞெகிழுடம்புப் பேருயிரி..

நீங்கள் கவனித்தாலும்
கவனிக்காவிட்டாலும்
பேணினாலும் பேணாவிட்டாலும்
உங்கள் உடம்பழிந்து போகும் போதும்
எஞ்சி நிற்கும்
அறுத்தெறிய வாய்ப்பில்லாத
உங்கள் உறுப்பொன்றாய்..

23.4.2017ல்

இரவின் அந்திமத்தில்
அதன் வயிற்றை அரிந்தது
சேவல்களின் கொக்கூரல்
விடியலை வெளியில் எடுக்க..

இன்னும் கொஞ்சம் தாமதிக்க
கூர் அலகுள்ள வலியனும் சேவலும்
இன்ன பிற புள்ளினங்களும் விடுவதேயில்லை..

இதுவும் சுகப் பிரவசம்தானென
சொல்லிச் சொல்லியே
பழகிவிட்டன அவைகள்..

சுழல் புவியின் நீள் உறக்கத்தைக்
கலைக்கிறது புள்ளினப் பாடல்கள்..

கண்களைக் கசக்கிக்கொண்டு
கொடுவாய் வழியவழிய
தள்ளாடித் தள்ளாடி விடைபெறும் இரவைப்
பிடித்துத் தின்னத் தொடங்கும் பகலின்
கொடுஞ் செயலை
மன்னித்து மன்னித்து மறுபடி மறுபடி
கருக்கொள்கிறது பகலை
முடிவிலியாய் நீங்கியும் நீங்காப்
பேரிருள்.

17.01.2023ல்

சொல்லுடைத்தல்...

பொன்னாவரைக் கொண்டலில் நுழைந்து
பூவிதழ்களைக் கிள்ளியெடுத்துக்
கைலி மடிப்பிற்குள்
போட்டுக்கொண்டேயிருந்த போதுதான்
உன் சொல்லின் கனம் தாளாமல்
சரேலென விழுந்தது என் அலை பேசி..

டெம்பர் கண்ணாடியல்ல உள்ளேயும்
தெறிப்பு கண்டு விட்டது..

உடைந்த கண்ணாடித் தெறிப்பிலிருந்து பிதுங்கிவந்த
அந்தச் சொல்
ஆயிரம் எறும்புகளால் வதைக்கப்படும்
நாங்கூழ்ப் புழுவென நெளியவில்லை..
சீண்டலுக்குச் சீறும் பாம்புக்குட்டியைப் போல்
படமெடுத்தாடுகிறது..

ஆவாரம் பூவிருக்கச் சாவாரும் உளரோ என்பது
எத்தனை பேரன்பு எனச் சொன்னேன்
பின்னரும் உனக்கு நான்..
ஆவாரம் பூக்களைக் காட்டு என
காட்சி அழைப்பாக்கினாய் அதை...

நான் காட்டான் மாதிரியிருக்கிறேன்...
இன்றும்..
என வியந்தாய்...

காடுகளைக் காப்பவன்தானே..
வெகுமதியதுவென்றேன்..

என் உடைந்த அலைபேசித் திரையை
மாற்ற வேண்டும்..
கழுத்தைச் சாய்த்தழுத்தியிருக்காமல்
ஒலிப்பெருக்கியில் போட்டு கொப்பூழுக்குக் கீழே
கைலி மடிப்பில் செருகிக்கொண்டு
ஒரு கையால் கிளைதழைத்து
மறுகையால்
பூ ஆய்ந்திருந்தால்
அந்தச் சொல்
என் கண்ணாடித் திரையை உடைத்திருந்திருக்காது..
என்ற தவிப்பெண்ணம் அய்ந்தாறுமுறை வந்து
போகிறது
நாள் தோறும்..

அந்த எண்ணத்தை இந்த நெரிசலில் தேடிக்கண்டு
கொண்டு வந்து புளிய மரத்தடியில்
கூவாத சேவற்குஞ்சை கழுத்தை அறுக்கும்
ஆத்தாவைப் போல்
அறுத்தெறிவதெக்காலம்...

12.4.2022ல்

உன் பொழுதுகளை எனக்காக
ஓர் உறைகலனில் வைத்துவிட்டுப் போயிருக்கிறாய்..

எழுந்தவுடன்
இந்தக் குறுஞ்சிட்டுக்களாடும் முற்றத்தில்
தினத்தாள் வாசிக்கும் போது
அவற்றுள் ஒன்றைத்தான் அருகிலே
வைத்துக்கொள்கிறேன்..
உருகி என் உள்ளங்கால்களில் சில்லிட்டுச்
சிலிர்க்க வைக்க..

கைப்பிடியளவு நாளள்ளி
உள்ளங்கைகளுக்குள்
வைத்தழுத்தி நொறுக்கி நொடிகளாக்கி
சிட்டுகளுக்கு இறைக்கிறேன்..

ஒவ்வொரு நொடியாகக் கொத்திப் பொறுக்குகின்றன..

நமது குடில் நுழையும் தென்றல்
உன் சுகந்தம் பருகவே வீடெங்கும் அலைகிறது
ஆவல்.. ஆவலாய்..

பகலிலேயே நிலாப்பொழுது இங்கே..

உன்னெதிரேயும் சில சிட்டுக்குருவிகள்
இல்லாமலா போகும்...

குதூகளித்திரு நீயும்...

13.03.2022ல்

என் பேரூற்றுகள் சுரந்தவண்ணமிருக்கின்றன..

அனைவரின் கலன்களிலும் நிரப்பிக்
கொண்டிருக்கிறேன்..
கலன்களின் செய்நேர்த்தி அழகமைவு குறித்த
விவாதங்களில் போட்டிகளில் நானிருப்பதில்லை...

சிலர் கலன்களை தலைகீழாய்க் காட்டுகின்றனர்..
பலர் வழியில் சிந்தியவண்ணம் போகின்றனர்..
முழுவதும் நிரம்பிய பின்னும்
நிறைகலனாய் வீடடைபவர்கள்
விளக்காகிறார்கள்..

விளக்கொளி என் நெற்றியைக் குளிர்விக்கிறது..

என்னை அறைகளில்
அனுமதிக்க மறுக்கின்றனர்..
ஈரமாகிவிட யார்தான் விரும்புவர்..

சபைகளில் என்னையாரும்
கண்டுகொள்வதில்லை..
குளிர்ந்த காய்ந்த பிரதேசங்களவை..
சுரப்பு
அங்கெல்லாம் சிறப்பில்லை..
எனக்கென்ன அங்கு வேலை...
நான்
காலிக்கலன்களைத் தான் தேடுகிறேன்..
அவைகளுக்காகத்தான் சுரந்திருக்கிறேன்...
எனக்கருதப்பட்டாலும்
தான் பொங்கு ஆர்ட்டீசியன்
தானே பொங்கிக் கொண்டே இருக்கும் தானே...

21-12-2022 தாமரை மாத இதழ்

கிளை முறிவதற்கு சற்றே சற்று முன்
என் கரங்கள் வளர்ந்து நீண்டிருந்திருக்கலாம்..
என
அதிகாலை நான்கரை மணிதான்
தினசரி சொல்கிறது..
திண்ணையில் அமர்ந்துகொண்டு
தன் திருமணக் கோலத்தை விவரிக்கும்
ஆத்தாக் கிழவியென..

இந்த அதிகாலை நாலரை மணி
ஒரு குளிராய் இருப்பதில்லை..
ஒரு வேனலாய் இருப்பதில்லை..
குடிகாரனொருவனின் மூச்சுக்காற்றைப்
போல
என் கொசுவலைக்குள் வந்து
உட்கார்ந்து கொண்டிருக்கிறது..

அழகாயிருந்தது அந்தப்பொழுது
எல்லோர் மனதிலு மிந்த மலர்ச்சிதான்..
முகத்தில் ஒளியாய்ச் சிரித்திருந்தது..

சந்தனம் கமழ்ந்தது சூழலிலும்..

ஓட்டைக் கிழிக்கும் அலகாக
என்னைக் கிழித்துக்கொண்டு வந்த
அந்தச் சொல்..
கவினுறு சமவெளியை உரித்து
பாலையாக்கி விட்டுத்தான் பொசுங்கியது..

பாழ்..
பாழ்..
என்று காலடியில் வந்து உரசுகிறது
கரிக்குருவி அலகில் தொங்கும்
அந்த நாலரை மணி..

வைகலே...

தனியொருவருக்கென்று
எதையும் வழங்கியுதவும் கடமையேதும்
உனக்கில்லை எனக்கருதும் உன்னிடம்
எதுவுமின்று கேட்க மாட்டேன்
இந்தமுறை..
பயப்படாதே...

உன் நிலமை புரிகிறது..

தலையைச் சாய்த்து
வலது கையை உயர்த்தி
இடதுகையைச் சற்றே தாழ்த்தி
வலது கால் முட்டியை செல்லமாக உயர்த்தி
உதயத்திற்குப் பிந்தையான
என் பிஞ்சுத் தூக்கத்தைத் தவிர...

முடியுமா பாரேன்...

23-12-22 ல்

பிறகென்ன சொன்னார்
மேற்கோள்களினூடாகச் சிந்திப்பவர்..

திப்பித் திப்பியாக கொண்டல் கொண்டலாக
வெண் மேகங்கள் அசைகின்றன என்றார்.

நதிகளைப் புட்டிகளில் அடைத்து
இருபது ரூபாய்க்கு விற்பது
குறித்தொன்றும்
கூறவில்லையா..

இமய மலைச் சிகரங்கள்
ஆண்டிற்கு ஐந்து மில்லி மீட்டர்
வளர்வதாகக் குறிப்பிட்டார்...

ஒரு சமூகத்தின் குழுக்களின் பண்பாட்டின்
குடும்பத்தின்
ஒழுக்கத்தின் குறியீடாக
பெண் மட்டுமே ஏன் நிறுத்தப்படுகிறாள்
எனக் கேட்டாயா...

வெறும் நாக்காலும் வெற்று வாக்காலும்
நாடாளலாம்..
நாக்கு என்பது முதலீடு..
என்று உற்சாகமூட்டினார்..

இறை எனப்படுவது
நின்றாடும் ஒன்றான நித்தியப் பேராற்றலின்
நன்னீள் இயக்கமே
என்று உணராத
உணர்த்தாத நிறுவனங்களே மதங்கள்
என்பதுரைத்தாயா..

பசிபிக் பெருங்கடல்
ஐந்து கிலோ மீட்டர் ஆழமாம்..
முயற்சி முக்கியமென்றார்..

எல்லாச் சொல்லும் பொருள் குறிப்பனவேயில்லை..
சாதி குறிப்பன
என எடுத்துரைப்பதுதானே..

நிலாக் கீற்றைப் பார்க்காமல்
எப்படி இவர்களால் தூங்க முடிகிறது
என வியந்தார்..

உற்பத்தி செய்யப்படுவதை ஊக்கப்படுத்தும்
கொற்றம்
பயன் படுத்தத் தடையும் தண்டமும் விதித்து
கோடி பொற்காசுகளினால்
வண்ணப் பரப்புரை
செய்வது தகுமா
எனக் கேட்டாயா...

ஒரு உதயமும் ஒரு சாயுங்காலமும்
வண்ண ஒளிக் கீற்றுகளால்
இயங்கோவியம்
வரைந்து மாறும்
ஒவ்வொரு நாளும் ஒரு பரிசில்லையா..
என வியந்தார்..

ஒவ்வொரு பருக்கையும்
ஒரு யூரியா மூட்டைபோல்
இலையில் கிடக்கிறதேயென
விசனப்பட்டாயா இல்லையா..

நீ என்ன நினைக்கிறாயோ அதுவல்ல நீ..
நீ என்ன நிரூபிக்கிறாயோ அதுவே நீ..
என வெடித்தறிவுறுத்தினார்..

இங்கொரு பிள்ளை பிறந்தால்
முதலுலகத்திற்கொரு பணியாள்
கிடைத்துவிட்டார் எனப் பொருள்
என்று விளக்கினாயா..

பிரபஞ்சம் தான் குழைந்து
தன்னை எழுதினால்
அது உன்னை எழுதும்..
என்று வெளிச்சம் காட்டினார்..

மூன்றாம் உலக யுத்தம்
ஹோமோ செஃபியன்களின் உடல்களின் மீது
அப்பேரினத்தாலேயே தொடுக்கப்பட்டுள்ளது
என்பதை முத்தாய்ப்பாக
முன்வைக்க வேண்டியதுதானே..

சாக்கடைகள் இருக்கும்வரை
நுளம்புகள் கடிக்கும்தான்..
நுளம்புக் கடியெல்லாம் ஒரு வழக்கா..
என இடுப்பு மண்ணைத் தட்டிக்கொண்டே
எழுந்து போய்விட்டார்.

11.06.2023ல்

இல்லையா என்கிறாய்
அவள் விறகு உடைக்கிறாள்..

இல்லையா என்கிறாய்..
அவள் பாத்திரம் துலக்குகிறாள்..

இல்லையா என்கிறாய்..
அவள் வீடு பெருக்குகிறாள்..

இல்லையா என்கிறாய்..
அவள் நீர் எடுத்துவருகிறாள்..

இல்லையா என்கிறாய்
அவள் ஆடைகளை நீராட்டுகிறாள்..

இல்லையா என்கிறாய்
அவள் வேம்பினடியில் அமர்ந்து
பிள்ளைகளுக்கென விசனமுறுகிறாள்..

நீ நிர்வாணமாக நின்றுகொண்டு
வார்த்தைகளை உடுத்திக்கொள்ள யத்தனிக்கிறாய்

இல்லை என்பதுதான் அவளது பதில்..

ஆனால் அதனையவள்
இந்த முப்பத்தைந்து ஆண்டுகளில்
பின்னரும்
ஒரு முறைகூட சொல்லிவிடக்கூடாது
என நீ
நிர்பந்திக்கிறாய்...

உன் நிர்பந்தம் வானத்தைப் போன்றது
இல்லைதான்
ஆனால் இருக்கிறது ஒரு நீலக்குடையென..

அந்த சைக்கிள்
ஸ்டாண்ட் போடப்பட்டுள்ளது..
தள்ளு தள்ளு என கூக்குரலிடுகிறாள் அவள்..
மிதிமிதி என மிதிக்கிறாய் நீ...

இல்லையா...

29.09.2022ல்

முந்திரிக் காட்டுக்குள் கொஞ்சம்
பயணிக்கிறது....

முந்திரிப் பூக்களின் வாசனை
முகத்தில்
வீசிப் போகிறது...

பனைகளின்
குறுவனமொன்றுளது....

நுங்கு குடித்து பல ஆண்டுகளாச்சு..

அந்தப் பாலகனும் சிறுமியும்..
அலைபேசித் திரையை
அகலாமல் பார்த்துக்
கொண்டேயிருக்கிறார்கள்...

கறிவேப்பிலை
வாசனை வீசும்
செடிக்காட்டிடையே
பாலா மரங்கள் நிற்கின்றன

பாலாக் கனிகள் சுவைத்து
ஐம்பது
ஆண்டுகளிருக்கும்...
சின்ன மாமாதான்
சின்னக்
கோயில் காட்டிலிருந்து
கொண்டு
வருவார்...

கல்லூன்றிக்
கட்டுமனையாக்கப்பட்ட
வயல் வெளிகளில்

பசுக்கள்
மேய்கின்றன...
கயிற்று நுனி
அனுமதிக்கும் எல்லை வரை...

முறுக்காத்திப்போல வயிறிருந்தால்
நம்ம பசு...

மூட்டை மாதிரி வயிறிருந்தால்அது
அவம்பசு...

ஆயிங்குடி நிற்கிறது..
இது
ஆவின்குடியின்
மரூஉவாகயிருக்கலாம்...

இந்த வளைந்து நெளிந்து செல்லும்
ஒழுங்கை
எங்கு முடிகிறதோ
அங்கு ஒரு குடிலமைத்து
வாழவேண்டுமே....

ஓடைகளில் நீரோடுகிறது....
குளங்களில் தண்ணீர்
இருக்கிறது...
இந்தக் கோடையில்....
எல் நினோ
விளைவால் கிடைத்தக்
கருணை....

மண் மாறி நெற்காட்டுக்
காற்று
சுகம்...

மருளாதே மகளே
நான் சன்னலைத்தான்
பார்க்கிறேன்...

பாலகனும் சிறுமியும் மார்பில்
ஏர் ஃபோன் வயர் தவழ
அபிநயிக்கின்றனர்..

தென்னங்காட்டில்
விரைகிறது இப்போது...

நதி வற்றிய போது முளைத்த
தென்னை

பல்லுயிர்ப் பெருக்கத்தைப்
பாதிக்கத்தான்
செய்கிறது...

தண்ணீர் வாங்க
மறந்துவிட்டேன்......
அதற்கென்ன
பருகுங்கள்..

மீளத்
தந்தபோது
கீழும் மேலும் அலையும்
குமிழிகளுடன்
மெல்லப்பட்டு
உடைந்தக் கடலைப் பருப்பும்
புரள்கிறது...

சரிதான்...
இறங்கும் வரை
நீரில்லை இன்று....

அதோ தெரிகிறதே அதுதான்
எள்ளுக்காய்ப் போர்..
நல்லெண்ணெய்
480 ரூபாய்தான் விற்கும்...

இந்த ஒற்றையடிப் பாதையின்
வாலில்
ஒரு பைக் நிற்கிறது...
அங்கே ஒரு
கொண்டல் தெரிகிறது...
அவர்கள்
தோழர்களாகவும்
சகோதர சகோதரியாகவும்
இருக்கலாமே....

அலை பேசித்திரை நோக்கி
சிறுவர்களின் கழுத்து ஒடிந்து
தொங்குகிறது...

சாரதிகள் பயணம்
செய்வதில்லை..

இப்போதைய சந்ததிகளும்தான்....

08-1-2023ல்

அப்படி நடந்துகொண்டிருக்கக் கூடாது...
இன்னும் அறம்சார்ந்து ஒழுகியிருந்திருக்க வேண்டும்...
வந்திருக்கக் கூடாது..

அப்படியே திரும்பியிருக்கவேண்டும்..
கேட்டிருந்திருக்க வேண்டும்..
மறுத்திருந்திருக்கலாம்...

சென்றிருந்திருக்க வேண்டும்..
விழித்திருந்திருக்கலாம் இன்னும்...
உழைத்துமிருந்திருக்கலாம்... மேலும்..

நாவடக்கமே இல்லையே...
நான் நான் நான் எனவே நின்றிருந்திருக்கக் கூடாது..

அரவணைத்துப் போயிருந்திருக்கலாம்...
கூடுதலாய் அன்பாயிருந்திருக்கலாம்...

யாருமே இங்கில்லை...
யாருக்குமே இன்றில்லை...

10-10-2022ல்

பணியோய்விற்குப் பின்தானே
பணி தொடங்க வேண்டும்..
கோடி ரூபாய் வண்டியென்றாலும்
பீ மீது ஏறியிறங்குவது சக்கரங்கள் தானே..

பின்னர் நாம் புனிதமடையலாம்
ரட்சிக்கப்படலாம் சுதந்திரமடையலாம்
அறிக்கைகள் வெளியிடலாம்
மறியல் தண்டால் எல்லாம் செய்யலாம்
பிள்ளைகள்தாம் நிலைபெற்றிருப்பார்களே..

சரி
அடையாள நெருக்கடி
எனத் திட்டாதீர்கள்..
வசவு குசுவாச்சு.. வார்த்தை மசுராச்சு..
விடுங்களதை..

பங்களிப்பு சேம நிதியேதும் கிடைத்தால்
ஆள் நடமாட்டமே இல்லாத
அரையிருள் சந்தில்
கடையொன்று திறக்கலாம்..
சொல்லை பல கோணங்களில் மடிக்கும்
தொழில் தொடங்கத்தான்..

குப்புறப் போட்டு
கைகளைப் பின்னுக்கு மடக்கி
மறுபடி மல்லாக்கப் போட்டு
இடுப்பை ஒடித்து நெற்றியில் படியச் செய்து
பின்னர் ஒரு கசக்குக் கசக்கி
விரித்துக் காட்டி
சுருக்கமாகிவிட்டதால் மீண்டும் தேய்த்து...
தேய்ப்பதால் கறைபட்டுப் போய்விட
சொறிக்கல்லில் அடித்துத் துவைத்துப் போட்டு
மடித்துத் தேய்த்து..

நல்ல வருமானம் வரும் என்கின்றனர்..
ஓய்வு பெற்ற சங்கத்தினர்..

வேண்டாமா..

சரி..
ஒரு நதியைக் கொடு..
ஒரு வயல் கொடு..
மாடுகளைப் பெருக்கு..
ரசாயனம் தடை செய்..
நீயே மதிப்புக் கூட்டு..
எம்மைப் பேண்..
பெருமையோடு உழுதுண்டு உண்பிக்கிறேன்..

இல்லையேல்
சொல் மடிக்கூடம் தொடங்குவது
உறுதி மாப்ளேய்..

25-01-2023ல்

விறு விறுப்பான நகர வீதியொன்றில்
நல்ல உச்சி வெயில் வேளையில்
விரால் மீனைப் போல
துள்ளி விழும் தனது சொல்லைக்
கையாளும் மார்க்கமற்று
தவித்துக் கொண்டு நின்றார் கடவுள்..

அதன் கழுத்தைப் பிடித்தால்
காலத்தைப் போல் வழுக்குகிறது..
உடம்பைப் பிடித்தால்
வாக்குறுதி போல நழுவுகிறது..
வாலைப் பிடித்தால்
நிறை போதை குடிமக்களென
தெறித்துப் போய் தூர விழுகிறது.

ஆயிரம் சக்கரங்களில்
ஒரு சக்கரம் ஏறினாலும்
தனது சொல் சிதறுண்டு
உள்ளேயிருக்கும் போலிப் பரல்கள்
உடைந்து நாற்றமெடுக்குமென
அவருக்குத் தெரிந்ததால் தவித்தார்...

நான்
பதறியோடிப் பிடித்துப் பக்குவமாக
அவரின் தோள் பையில் போட்டுதவினேன்..

நீங்கள் ஊரிலிருந்து
நகர் பெயர்ந்திருக்கக் கூடாது..

உங்கள் மூதாதைகள்
கவட்டிப் போட்டுக்
குளங்களிலே சொல் பிடித்தார்கள்..
மூதாய்கள்
ஊத்துப் போட்டு
துள்ளும் சொற்களைப் பிடித்து
பிள்ளைகளின் அனுபவக்
கோர்வைக் கொடியில் கோர்த்தார்கள்..

அவர்கள் ஆக்கி வைத்தக்
குழம்பிலிருந்து கமழ்ந்த பண்பாடுதான்
பசுமை யுடுத்திய ஊரகங்களை
அன்பொளிரும் விளை நிலங்களாக்கியது..

உங்களுக்கு
ஊத்துப் போடவும் தெரியவில்லை..
கவட்டிப் போடவும் தெரியவில்லை..
தூண்டிலும் கைவரப்பெறவில்லை..
எனவே
இந்தக் கடைசிப் பேருந்திலேறி
ஊருக்கே மீளுங்களெனத்
தோளணைந்து விழி பார்த்தேன்..

ஒரு மனப்பிறழ்வாளரின்
குழப்பங்களை விழிகளில் தேக்கிய அவர்
உணவு கொய்து தரும் நிறுவனத்திற்கு
அலைபேசி
மதிய உணவுக் கோரிக்கை
செய்யத் தொடங்கினார்..

நான்
இரண்டு வெண்டைக்காய்கள்
ஒரு வெள்ளரிக்காய்

சிறிய கேரட் ஒன்று
வாங்கி மெல்லத் தொடங்கினேன்..

ஏய்த் தம்பி..
இதுதான் இன்றைய மதியத்திற்கு
என்று வயிற்றைத் தட்டிச்
சொல்லிக் கொண்டேன்..

யேய்த் தம்பி..
அவை சன்ன ரக
யூரியா, பொட்டாஷ், மானோ குரோட்ட
பாஸ்
மூட்டைகள்
என்று நக்கலாகச் சிரித்துக்கொண்டே
பறக்கும் இரயிலேறப் போனார்
கடவுள்...

09-07-2023ல்

என் விதானம்
மெள்ள மெள்ள கீழே இறங்கத் தொடங்குகிறது.
நான் ஏதுஞ் செய்யாமலிருந்தேன்..

கதவுகளில் விதானமிறங்கி அழுத்திக்கொண்டுவிட்டது..

ஒரு எண்ணம்..
ஆழ்ந்த எண்ணம்.. கருத்தாகி
ஏற்கப்பட்டுப் பின்பற்றப்பட்டு
பழக்கமாகி வழக்கமாகி
நெறியாகி விதியாகி நின்றதோர் சனத்தால்
நெய்யப் பட்டதிந்த விதானம்..

எல்லோர்க்குமா இறங்குகிறது இது..
விதானத்துத் தூண்கள் விழுமியங்களால் ஆனவை..

நசுங்கித் தொலைய நான் காத்திருந்தேன்
போலும்..

சன்னல்களில் பிதுங்கி வழிந்த என்னை
கோழிகள் கொத்தித் தின்றன..

முற்றிய முருங்கைப் பிசினைப் போல
உருட்டி யெடுத்துக் கொண்டு போய்
பதுக்கினர் பெண்கள் பலர்..
தாவரங்களின் வேர்கள்
குழைத்துறிஞ்சிக் கொழுத்தன..
மீதமிருந்த நான்
காலத்தால் காய்ந்து தூசியாகி
காற்றில் கலந்து உயிர் வளியானேன்..

கோழிகளின் முட்டைகள்
பொன்னிறத்தில் மின்னத் தொடங்கின..
தாவரங்களின் பூக்களெல்லாம்

தங்க நிறத்திலேதான் ஒளிர்ந்தன..
பதுங்கிய இடங்களிலிருந்து
பொன்னொளி பீறிட்டது..
உலகம் பொன்னொளியால்
தடுத்தாட்கொள்ளப்பட
வெளியும் பூரித்தது..

விதானங்கள் கவனித்துக் கொண்டிருக்கின்றன..
தேவையின் பொருட்டு
பிறகுஅவை கீழிறங்கத் தொடங்குகின்றன..

10-07-2023ல்

துமி

இரவிலே ஒளியுடன் இருப்போர்கள்
பகலிலே இருளடைந்து நடக்கிறார்கள்..

இரவிலே மணந்து கிடப்பவர்கள்
பகலிலே நாறிக்கிடக்கிறார்கள்..

இரவிலே வள்ளள் பெருமானின்
கருணையொளியாய்க் கனன்றிருப்போர்கள்
பகலிலே கத்தி வீசுகிறார்கள்..

இரவிலே இன்சொல் முழங்குகிறவர்கள்
பகலிலே பச்சை பச்சையாகக் கக்குகிறார்கள்..

இரவிலே இறையிடம் தோழமைகொள்பவர்கள்
பகலிலே கசாப்புக்கடைக் கத்தியாகிறார்கள்..

இரவிலே... பகலிலே...

முக்கால் பங்கைக் குடித்த பிறகு
கால் பங்கை வைத்துக் கொண்டு
கருணையோடு படுத்துக்கிடக்கிறது கடல்..

ஒளியுட்பட அனைத்தையும் அணைத்துக்கொண்டு
காலம் உறைய கனன்றிருண்டு சுழன்று
வெடிக்கக் காத்திருக்கிறது கருந்துளை..

இறைவணிகம் செய்வோரை பிடரிபிடித்து
இழுத்துவருகிறது ஒரு நியூரான் மின் தூண்டல்...

18-07-2020ல்

பேனாக் கிறுக்கல்களை
வேறு வேறு கோணங்களில் பார்க்கிறபோது
நவீன ஓவியங்களாய்த் தெரிகின்றன..

இந்தப் பேனா மிக நீண்ட காலமாய்
மையூற்றும் வசதியோடு என்னிடமுளது..

"ஆடி வெள்ளி தேடியுன்னை
நானடைந்த நேரம்.."
பாடிக்கொண்டே
ஜமால் முகம்மது
கல்லூரிக் கருத்தரங்கு முடிந்து
ஏறியபின்..
நெரிசலில்
அதையுன் திருமதியிடம் போய்ப் பாடு
என்று கிசு கிசுத்தவள் தந்து..

கருத்தரங்குகள் அனைத்துமே
திருமணத்திற்குப் பின்னர்தான் வருகின்றன..

ஒரு கிசு கிசுப்பையும்
இந்தப் பேனாவையும்
பத்தாண்டுகளின் பிரதிகளில்
சுமந்து திரிவதுதான்
கிறுக்கல்களின் கிறுக்கல்..

ஒரு பேனாக் கிறுக்கலில்
எத்தனை நவீன ஓவியங்களுக்கான
யத்தனங்கள் இருக்கின்றன
எனக்காணும் பயிற்சிப் பட்டறையொன்றை
நிகழ்த்தி
வலைத் தளங்களில் பதிவேற்றம் செய்து
முக்தியடையப் போகிறேன்..

உங்கள் விழிகள் சுடர்வதைப் பார்த்தால்
பேனாக்களின் கூர்முனைகளைப்
பரிசோதிப்பதற்கான
இந்தக் கிறுக்கல்களினூடாக
மனமுறும் வாழ்வைக்
கண்டுபிடித்துவிடுவீர்களோ..

வீடு என்பது
விருப்பத்திற்குப் பிந்தையது
வீடு என்பது
விடுதலைக்கு முந்தையது..
பேனாமட்டுமா கிறுக்குகிறது..
காலமும்தான்..

சரியான களவாணி அது..

27-12-2022ல் - உயிர் எழுத்து இதழ்

*படிகத் தெளிவான
புன்னகைத் தேக்கத்தின்
கரையில் நின்று பார்த்தால்
வாகை சூழ உன் கரை
பசுமையில் வளம் செறிந்து ஒளிர்கிறது..
மரகதத் துண்டங்களாய்..*

அருகே நிற்கும்
என் பிள்ளைகள் அறியார்..
நானறிவேன்
அடியில் வீழ்படிவாக
உறைந்து பரவிக்கிடக்கும்
உன் துரோகத் தரையை..

நீந்துவோர்க்கு
தரையாழம் பற்றியென்ன
எனப் பிள்ளைகள் கேட்டாலும்
களைத்த ஒரு பொழுதில்
கால் ஊன்றி நின்று இளைப்பாற வேண்டுமே..

சிலம்பக் கழியொன்று
கொண்டோடி வந்து
ஆழம்பார்த்து
விழுங்கு குணம் கொண்ட
துரோகச் சகதி காட்ட
ஊன்றி நெம்பினால்
கழி நுனியில் ஒட்டியுள்ள
துரோகச் சகதி மேலெழுந்து
வரு முன்னே கரைந்து விடுகிறது..
அந்தப் புன்னகைப் பிரவாகத்தில்..

அடியாழத்தில் அடங்கியிருக்கும்
குயுக்திகள் நிறைந்த
துரோகச் சகதியை

நீந்த விரும்புகிற இந்தப் பிள்ளைகளுக்குக்
காட்டுவதெனில்
வற்றிக் காய வேண்டும்..
அதற்குள்..
பிள்ளைகளை விழுங்கிவிடப் போகிறது
இந்தப் பெரும் பெருக்கு..

என்ன செய்யலாம் என
வாகைப் பெருங் கொண்டலில்
கையைப் பிசைந்துகொண்டு நிற்கிறேன்..

காலமாகிக் கொண்டேயிருக்கிறது..
காய்வதற்குள்
காலமாகிவிடப்போகிறேன்...

07-07-2023ல்

*கரையோரக் காயாங் காட்டின்
சருகுகள் மடித்துப் போன பொருக்கு மண்ணில்
இழைகின்ற
மஞ்சள் புள்ளிகளை முதுகில் தாங்கிய
கரு நிற குசுப் பூச்சிகளுக்கு..*

*சந்திராயன் சந்திரனில்
இறங்கியது பற்றியோ
தென் துருவத்தில் ஹீலியம் — மூன்று
ஏராளமாய் இருக்க வாய்ப்புளது
குறித்தோ
எதுவுமே தெரியாது..*

*காலைத் தினத்தாள்கள் வாசிப்பதில்லை..
பிறகெப்படி கக்கூஸ் நிரம்புவது புரியும்..*

*நடைப் பயிற்சிக்குப் போவதில்லை..
மைதானங்களில்
காலைக் கருக்கலில் விற்கப்படும்
ஆன்டி ஆக்ஸிடண்ட் சாறுகள்
பயறுகளின்
நன்மைகளின்
விளக்கமறியா அவைகள்..
எப்போதும் தின்றுகொண்டும்..
புணர்ந்துகொண்டுமிருக்கின்றன..*

அதையேன் கேட்கிறீர்கள்...

*தற்போதைய கொற்றம்
எரிவாயு உருளையின்
இருநூறு ரூபாய் விலைக் குறைப்பின்
காரணமேதும் அறியாத அவைகள்..
நதிப் பங்கீடு குறித்து கருத்தேதும்
கொண்டிருக்கவில்லை...*

மேலும்..
எல் நினோ...
கோடி டன்களாக எரியும்
நெகிழிப் பொருள்களின்
தீமைகளை எங்ஙனமறியும்..

எப்போதும்
காயாஞ் சருகுகளுக்குள்
மறைந்து வாழும் அவைகள்..

ஒரு தாக்குதல் தொடுக்கப் படுமானால்
கொடுத்தில்லாவிட்டாலும் கூட
ஒரு குசுவாவது போட்டு
எதிர்க்கலாம்..

04-09-2023ல்

வங்கியின் காசாளர் குறுவறை முன்
ஒன்றுக்கு முன்னரான குழவி வகுப்பில்
தமது குழவியைச் சேர்ப்பதற்காக
தலைவன் அனுப்பிய கட்டுப் பணம்
மஞ்சப் பையிலிருந்து சிதறச் சிதற..

மட்டையானாள் ஓரிளம் இல்லத்தரசி..

நண்பா..

சொல் நண்பா..

பணியிலா.. அறையிலா..

பணியில்தான்.. பரவாயில்லை..
ஏதேனும் அவசரமா..
அன்றி மந்தணமா..
கோரிக்கையா கொண்டாட்டமா..

அவையெல்லாமில்லை தோழா..
மனவேக்கமோ கிளர்ச்சியோ கொள்ளாதே..

வேறென்ன...

உன் இல்லாளைப் பார்க்கிறேன்
வங்கியில்..

ஓ.. நான்தான் பிள்ளையின்

கல்விக்கென கட்டுப் பணமனுப்பினேன்..

ஆது.. சரி..
ஆனாலவள் மட்டையாகிக் கிடக்கிறாள்..

அம்முனை அடங்கியது

இருக்கிறாயா...
இருக்கிறாயா.. இணைப்பில் என
இம்முனை தவித்தது..

கூட்டம் கூடியது..

அய்யோவென்றது..
இருக்காதேயென்றது..
ஆமாவென்றது..
நம்பமுடியவிலையென்றது..
கொழுப்பென்றது..
திமிரென்றது..
குடும்பம் கோவிந்தாவென்றது..
திடுக்கிட்டது..
கொதித்த்து..
தவித்தது.. தவியாய்த் தவித்தது..

அலைபேசியழைப்புகள்
காற்றெங்கும் மிதக்க..
ஆண்களின் சுற்றம் வந்தது..
கொழுநனின் கொற்றம் வந்தது..
கொல்ல வேண்டுமெனக் கூக்குரலிட்டது..
அல்லால்
குடும்பத்தோடு சாகவேண்டுமெனத்
தாண்டிக் குதித்தது..

ஏறக்குறைய
எல்லாக் கடவுளர்களும் வந்துவிட்டனர்..
நவீனமாக உடுத்தி
அதிநவீன தேரில் வந்திறங்கிய
அய்யாயிரமாண்டிற்கு முந்தைய
இளைய கடவுளொருவர் கேட்டார்

ஆண் குடித்தால் பழக்கம்..
பெண் குடித்தால் ஒழுக்கமா..

01-09-2023ல்

வருமான வரி விரிந்து பரந்து சூடாகப் பொழிகிறது..

மதியம் விழுங்கியது ஆறு சப்பாத்தி
வண்ணக் கேசரித் தூள் கலந்த
தக்காளிச் சோறு தயிர்சாதம் அப்பளம் சீனிப்புட்டு
இறுதியாகக் கடலை அச்சு..

உயிர் பறிபோன பின்னர் பிண்டத்தையறுத்து
யாருக்குக் கொடுத்தால் என்ன
அரங்கில் விழுந்து புரள்கிறது தூக்கம்..

ஒலிவாங்கியை அருகில் வைத்துக்கொள்ள
மாட்டேன் என்கிறார்..

அடுத்தாண்டு மூன்று சென்டி மீட்டர் உயரலாம்..
தாலாட்டுதே ஆங்கிலம்..
அதுவும் இழு மென்மொழிதான் என்கிறது
ஒரு துளிர் அழகு இழுமென் மொழி..

ஓரத்து நகரங்களில் தாழ்வுப் பகுதிகளில்
உப்பு நீர் வந்து தங்கிக் கொள்ளும்
கடவுளர்களும் உப்புக்கரிக்கப் போகிறார்கள்..

செக்யூரிட்டி ஸோனில்தான் முதலீடு..
முதலீட்டாளர்கள் கவலையுறத் தேவையில்லை..

மடிகளில் தவழ்ந்து தோளில் ஏறிக்கொஞ்சி
விழிகளை மயக்குகிறது நித்திரை..

தமிழ்நாட்டுத் தோசைக்கு டெல்லி பெறும்
சரக்கு வரி எவ்வளவு..
இப்படிக் கச கச வென்று பேசிக்கொண்டிருந்தால்
அரங்கு சிறக்காது.. ஆசிரியர்கள்தானே நீங்கள்..

திருவிழா முடிந்து பிள்ளையைக் கொண்டு வந்து
ஒப்படைக்கும் போது
மீதிக்காசை எந்த மச்சானும் தருவதில்லை..

தமிழ் நாட்டுக்காரர்களின் பெயர்களை
வேண்டுமென்றே நழுவ விடுகிறீர்கள்..
தான் அரசியல் பேசவில்லை என்கிறார்..
ஆனால் அதற்குள் இல்லாத அரசியலா..

தேநீர் இடைவேளையில் என்ன தருவார்கள்..

பேரலை வந்தால் வழித்துக்கொண்டு போய்விடும்..
உன் தேநீரை ரசித்துக் குடி..

மதியம் பரிமாறப்பட்டத் தண்ணீர்ப்புட்டிகள்
இங்கேதான் மாலையில் எரியும்....
டயாக்ஸின் பெருகினால் என்ன
இன்ஹெலர் வாங்கிக் கொள்க..

எல்லோரும் கலையலாமாம்..

கிடக்கிறது விடுங்கள்..
நம் வீடு பத்திரமாக இருக்கிறது..

இப்போது பஸ்ஸேறுவோம்...

03-02-2023ல்

என் அறை திறந்திருக்கிறது..

என் அலுவலக அறையில் காவலாளிகள்
யாருமிலர்..
நான் நடுவணில் ஆளும்
கட்சியின் மாநிலத் தலைவர் அல்லேன்..
எனில்
ஆயுதம் தாங்கிய பாதுகாப்பிற்கு நான்
தகுதியற்றவனாவேன்..

குறித்த நேரத்திற்கு
செம்மாந்த உடையணிந்துகொண்டு
எனதிருக்கையில் காத்திருக்கிறேன்..
இனி வருவார்கள் ஒவ்வொருவராக..
சில போதுகளில் கூட்டமாக..

காறி உமிழப்பட்டால்
அது ஒட்டாதவண்ணம்
எனது ஆடைகள் வடிவமைக்கப்பட்டிருக்கின்றன..

செருப்புக் காலை மேசைக்கு மேலே தூக்கி
நெற்றியில் உதைக்க வந்தால்
நான் காவல் துறைக்குச் சொல்லிவிடக்கூடாது..
என்று நிர்பந்திக்கப்பட்டுள்ளேன்..
அல்லது பயிற்றுவிக்கப்பட்டுள்ளேன்..

கன்னத்தைக் காட்டிக்கொண்டேயிருக்கிறேன்..
என்னிடம் இரண்டு கன்னங்கள்தான்
இருக்கின்றன..

எலும்பு மஞ்சையை குழம்பின் சேரலோடு
உறிஞ்சுகிறபோது
ஆட்டுக்குட்டிகளை நினைத்துக்கொள்ளக்கூடாது

என்று பாடமெடுக்கவே எனக்குப்
பட்டங்கள் வழங்கப்பட்டுள்ளன..

என்தோல் உரிக்கப்படும் வேளைகளில்
அதன் கீழே வர்ணங்கள் தேடப்படுகிறபோது
வலி பொறுக்க சிறப்புப் பயிற்சிகளுண்டு..

‘எச்’ இன்டெக்ஸ் இருக்கலாம்..
‘ஐ’ இன்டெக்ஸ் இருக்கலாம்..
சைட்டேசன்கள் பல்லாயிரமிருக்கலாம்..
பட்டங்கள் சூடலாம்..
ஆனால் சட்டங்கள் எனக்கானவையல்ல..

விச வாயு பீய்ச்சப்படும்
வதை முகாமில்
எங்கோ ஒரு மூலையிலிருக்கும்
காற்றோட்டையில்
மூக்கை வைத்துக்கொண்டிருக்கும் நான்
இதோ இவ்வழியே மாலையில்
பணிமுடித்துத் திரும்புகிறேன்..

நாளைக்கு
என்ன வதையோ எனக்கு
என்ற பதைபதைப்பு உள்ளே கனன்றாலும்
இந்தப் பதவியின் பளபளப்பு
என் வீட்டின் முற்றத்தில் தெறித்து
ஜொலிக்கிறது..

07-07-2023ல்

*என் வாசலில் வந்து
கதியற்றோரின் கண்களாய்
இறைஞ்சக் கூடாது..*

*ஒரு வளர்ப்பு விலங்கின் குட்டியெனக்
குழையக் கூடாது..*

*பேரினமொன்றின் இளமை குன்றா
வரலாறாக...
ஒய்யாரமாக நிலைப் படிகளில் கையூன்றி
கால் மாற்றியும் நிற்கலாகாது*

*தவழ்ந்து பழகும் குழந்தையைப் போல்
படிதாண்ட உற்சாகத்தோடு
எழவும் விழவும் வேண்டாம்..*

இன்றைக்கும் மாலை வரும் இருள்..

இருள் எனில்..
    *இரம்மிய மந்தணம்
    ஆசிரியம்..
    நல்லிசை இளமை...
    நித்தியம்.. ஊடகம்..*
*காட்சிகளைக் கருவுற்றிருந்தாலும்
காட்சிகளற்றது..*

*இருள் மேலாண்மை செய்த
மண்ணில்தான்
ஒளிச்சுடர்கள் தோன்றினர்..*

*ஆனந்தமாகக் கவிந்திருந்த
கமழ் இருளில் கருவானவர்கள் நாங்கள்..*

நிலவை ஊட்டும் கன்றுகளாய்
வளர்ந்து வாழ்கிறோம்..

ஒளிதான் இப்போது
குணம் மாறிக் கொளுத்துகிறது..

ஒளியை நம்பி ஒப்படைத்துவிட்டு
வேலையில் மூழ்கும் பெற்றோரை
வஞ்சித்து
பிள்ளைகளின் குறிகளைக் கொய்யும்
பொய்யொளிக்கு வரவேற்பென்ன..

இருளே போய் வருக..
கம்பீரம் குலையாது நாளைக்கும் வருக..

இந்த வீடு முழுக்க
ஒளியாய்ச் சுடர்கிறது
உன் ஞானம்..

06-10-2023ல்

*ஈரச் சேலையின்
ஒரு நுனியில்
அந்த இளம் தென்னை நின்றது..*

*இன்னொரு நுனியில்
நிறைந்து தளும்பிய
உன் இளமை அடங்கியிருந்தது..*

*இடையிலிருந்து காற்றில் விரிந்திருந்த
ஈரச்சேலை
என் நெஞ்சாய்ப் படபடத்தது..*

*ஐயோ என்றாய்..
முகம் திருப்பி..விழி தாழ்த்தி..*

*உன் விழிகளின் தாழ்வாரங்களில்
லேசாகத் தெரிந்த
அந்தப் புன்னகைக் கீற்றில்
இந்த அழகான பூமியைப்
பரிசாகப் பெற்றேன்..*

*ஐயோ.. வில்
அலரும் அம்பலும்
காய்க்குமாதலால்..*

உன் தாழ்வாரப் புன்னகையை

ஒரு கால் ஒடிந்த
சிட்டுக் குருவியை
கைகளுக்குள் பொத்தி
எடுத்துக் கொண்டோடுவதுபோல்
ஏந்திச் சென்று
வீட்டின் முற்றத்தில் இழையவிட்டேன்..

இது என்ன சிட்டு..
ஒரு காடை இல்லையா..
கௌதாரி இல்லையா..
உடும்பு இல்லையா..
ஒரு இள முயல் இல்லையா..
கறிக்காகும் என்றனர்..

வயதாகிவிட்ட அந்தத் தென்னையை
நீ நின்ற இடத்தில்
நான் நின்று பார்க்கிறேன்..
இடையில் பட படத்தக் காலம்
களைத்து இளைத்து
காற்றில் ஆடத் தெம்பற்று
கீலம் கீலமாகக் கிழிந்து
தொங்குகிறது..

இப்படியானதொரு
வளைந்த தென்னைக்கு எதிரே
இப்போது நீயும் நிற்கக்கூடும்..
கடைவிழியில் தேங்கும்
ஒரு துளியுடன்..
சிலவேளை
மிகவும் ரம்மியமானதொரு
பௌர்ணமி இரவை
நாம் தவறவிட்டுவிடுவதுபோல்..

இன்று என்பது

நானே தான்...

ராமாமிர்தம் சொன்னதும் சரிதான்..

ஆனால்
என் மனங்குழைந்த
சின்ன மொட்ட..

இன்று என்பது
நமது முடிவுதான்
சின்ன மொட்ட...

15-09-2023ல்

காலையில் ஒரு நல்ல கவிதையை வாசித்தேன்..
உன்மத்தமாயிற்று..
நானொரு கவிதையை எழுதினேன்..

காலையில்
 ஒரு காணொளியைப் பார்த்தேன்..
 கலவரமொன்றில் பெண்ணைக் கொல்லும்
 காட்சியென்ற அறிவிப்பினூடாக...
 நொடிகளில் அழித்தேன்..

 கொல்லப்பட்டவர் பெண்..
 பெண் என்றாலும் மனித இனம்தான்..

 ஹோமே செபியன்கள் சிற்றினம்...

 கொன்றவனைவிட படமெடுத்தவன்
 கொடூரன்..

 பகிர்தலில் இரண்டு வகை..
 உன்மத்த மாக்குதல்.. தெரியத் தருதல்..
 இன்னொன்றுமிருக்கிறது..
 குரூர இரசிப்பு..

செய்திகள்...

கதிரொளி, மொட்டுகளிடம்
வினைபுரிந்து மலர்த்துவது போல
மலர்த்தும் காலம் எக்காலம்..

ஓர் அமிலக் கொல்லியைப் போல்
எரிந்துகொண்டிருக்கிறது
காட்சிப் பிசாசு..

கொஞ்சும் தளிர்கள்
குறும் பூச்சிகளைப் போல
அதனை மொய்க்கிறார்கள்..

ஆமாம்.. ஆமாம்.. ஆமாம்..

வீதிகளைவிட
வீடுகளின் தனியறைகள்
ஆபத்தானவை..

27-07-2023ல்

நிற்றல்

சேக்சுபியரியன் சானட்களை
டிஎன்ஏ கற்றைகளில்
எழுதிவைத்திருக்கிறார்களாம்..

அய்யா.. அம்மா..
கொஞ்சம் மல்லாக்கப் படுங்களேன்..

என் கவிதைகள்
இரண்டாயிரம் ஆண்டுகள்
பயணிக்கும் என்று
சவால்வேறு விட்டிருக்கிறேன்..

உங்களிடமிருந்து உங்கள் அனுமதியுடன்
கொஞ்சம் டிஎன்ஏ க்களை
பிய்த்தெடுத்துக்கொள்கிறேன்..

என் கவிதைகளை அவற்றில் பதியனிடவேண்டும்..

இதென்ன பேராசை.. அகங்காரம்.. திமிர்..
சின்ன புத்தி.. சுயநலம்..
என்று உங்கள்
உள் வைவது எனக்குக் கேட்கிறது..
ரோசப்பட்டா ஆவுங்களா...

மானமும் அறிவும் பிழைப்பதற்கு எதற்கு..

எனக்கு எல்லா செல்களிலுமே
ஒரு கண்ணும் காதும் இருக்கின்றன..
அது செய்விக்கப்பட்டக் கோளாறு...

நிலமை தெரியமல் கோப்படாதீர்கள்..

இங்கே எல்லாவற்றிற்கும் நுழைவுத்தேர்வுகளுண்டு..

திருமணத்திற்கும் மறைபொருளாய்...
புல்லாளே அந்த ஆயன் மகள்.. எனப்
பண்பாட்டு வீரமாய் பழந்தமிழ்க்காலத்திலும்...

பிடுங்கித் தின்கிறான் இந்தப் புனித மகன்..
அதற்கொரு குழு விரைவில் அமைக்கப்படும்..
கன்னி கழிய வேண்டுமானால்
எங்கள் கிராஷ் கோர்ஸில்
சேர்ந்தே உய்வீர்காள்...
விடுவானா அந்தப் புனித மகன்..

அதற்குள்.. மிக அவசரமாக என் கவிதைகளை
காலத்தை ஊடறுத்துக் கடத்தியாக வேண்டும்..
கல்லில் நிற்க நான் ராசராசன் அல்லன்..
சொல்லில்தான் நிற்க வேண்டும்..
சொல்லெனப் படுவது மக்களின் சொல்..

குருத்தோலைகள் எல்லாம் கச கச வென்று
பார்த்துக் கேட்டுக் கச கசத்துக் கிடக்கிறார்கள்..
பத்துநாட்கள் பூட்டியிருந்த அறையில்
மறந்து கைவிடப்பட்ட வாழைப் பழமாகிவிடுவார்கள்..

வாய்ப்பே இல்லை..
இந்த இரயில்களின் முழக்கங்களும்
எல்ஈடி வெளிச்சமும் அணைந்த பிறகு
அருகில் சென்று அணைத்துக் காதல் கிசுகிசுக்க
முத்தமிடுவது நெடுங்கனவாய் நீள்கிறது..

எனவே அய்யா அம்மா
கருணைகூர்ந்து உங்கள் டிஎன்ஏக் களைத்
தந்து உதவுங்கள்.. ப்ளீஸ்...

17-04-2022ல்

மொட்டை மாடி வரைக்குமான
என் யத்தனத்திற்கு
எடுத்துக்கொள்ளப்பெற்ற கால அவகாசம்
ஐம்பத்து இரண்டு ஆண்டுகள்..

மேற்கில் சாயும் வெள்ளியில்
பிணைப்புற்றலையும் காற்றுத் தூளியில்
கிடந்து
தெற்கும் வடக்குமாக அலைவுறுகிறேன்..

நீளும் மாய நல்லாற்றல் வெளியை
இரண்டு கரங்களாலும் அளைகிறேன்..

உற்றுப் பார்த்து ரசிக்கும்
சுடர்ப் பூக்கள் சூடிய வானத்திற்காய்
முதுகு வளைத்துக் கரங்கள் விழைய
இணக்கம் காட்டுகிறேன்..

இரண்டு தொடைகளையும் இறுக்கி
இடது இடுப்பில் அமர்ந்து கொண்டு
நினைவுகள் சுரக்கும் நகிலத்தை
ஒரு கரத்தாலும்
பால்யம் கமழும் குழலினை
மறுகரத்தாலும் பற்றிச் சிரிக்கிறேன்..

வெளியென்னைக் குலுக்கிச் சிரிக்கிறது..

நிறைந்த குடமொன்றை
தலை கீழாய்க் கவிழ்க்கும் ஒலியை..

அசை போடும் கன்றின் கழுத்தாடும்
சிணுங்கல் இசையை..

தலை கீழாய்த் தொங்கும்
கல்யாண முருங்கை இலைகளை
ஆட்டுக் குட்டிகள் இணுக்கும் ஓசையை..

அவித்த நெல்லை முற்றத்தில் கொட்டும்
கமழும் பேச்சை..

புளிய மரத்தடியில் வளைகுலுங்க உடைபடும்
நிலக்கடலை உடையலை..

சரக்கென நத்தை குத்தும்
சப்தத்தோடு பிடுங்கப்படும்
வைக்கோற் போரின் மூச்சொலியை..

எனத் தாலாட்டிசைக்கக் கோருகிறேன்..

சீனக் கழிவுகளால் பின்னப்பட்ட
மின் வலையில் பொரிபடும்
இறகு முளைத்த ஒட்டுண்ணிகளின்
மரணம் கேட்டு
அலறிப் புடைத்து
இந்தக் காலால் பிட்டங்களையும்
அந்தக் காலால் பெருந்தொடைகளையும்
உதைத்துப் பாடுகிறேன்..

கடவுளைப் போன்றழியா
நெகிழியால் நெய்யப்பெற்ற
பேரழுகைப் பாடலொன்றை...

29-12-2016ல்

கருவிலே திருவானவர்கள் என பறைசாற்றுகிறவர்கள்
அவர்கள்..

ஒரே பருவத்தில்
உலகம் முழுவதும் பூக்கும் தாவரமென
ஒன்றென நிற்கும் படியான
மரபணுச் சேர்மானங்கள் கொண்டவர்கள்..
பசிக்கு எந்தக்கனவையும்
பிய்த்துண்ணும் அனைத்துண்ணிகள்
அவர்கள்..

இருளால் அலங்கரிக்கப்பட்ட
ஒரு பள்ளத்தாக்கிலிருந்து
ஊருக்குள் வருகிறபோது மட்டும்
வேறு வேறு பாதைகளில் உள்நுழைவர்..

வார்த்தைகளுக்கு ஈடாக
எளிய மனிதரின் ஆயுளை
நிறுவைகளில் ஈடுகட்டிக்
கொள்முதல் செய்யும் போது
தெய்வக்களை விளையும்
முகங்களைக் கொண்டிருப்பர்..

கனவுகளையோ ஆயுள்களையோ
திருடித்தான்
கட்டுமானங்களாலான
வரலாறுகளைச் செய்கிறார்கள் என்பது
தெரிந்திருந்தும்
எந்தச் சபையிலும் வெல்வதில்லை..
அவர்களுக்கெதிரான வழக்குகள்..

ஆமாம்.. பின்னே..

*சட்டங்கள் மலரும் தருணங்களினூடாக
தெரியாதா சொக்க நாதா.. நமக்கு..*

*இந்த வழக்கு எப்போதுமே
தள்ளுபடியாகிவிடும் தானே..*

11-04-2016ல் - மணல்வீடு இதழ்

எதற்குப் பேசுகிறார் இப்போது..
தெரியாதா எனக்கு..

பிள்ளைக்குப் பணம் அனுப்ப வேண்டும்..
மாமிக்குச் சர்க்கரை நோய் வைத்தியம்..
அம்மாவிற்கொரு சேலை..
அப்பாவிற்கு இதய நோய் மருந்துகள்..
ஐந்து மூட்டை யூரியா..
இரண்டு மூட்டை வேப்பம் புண்ணாக்கு..
சித்தப்பா மகளுக்கொரு ஆண்ட்ராய்ட்..
....
எல்லாருக்கும் தான் இருக்கிறது..
....
    எடுக்காதே..
            அப்படியே வை..
            அடித்தோயட்டும்..

12-08-2016ல்

நின்று பார்த்தால்
வெள்ளி வார்த்தது போல் கிடக்கும்
பிச்சினிக் கோட்டவம்..

குளத்தைப் புணரும் வாய்க்கால்களில்
எதிர்க் காற்றில் மேலேறும் பட்டமென
எதிரேறும்
கெண்டைக் குஞ்சுகளையும்
சண்ணைகளையும்
மண்டிக்கால் போட்டு
அமுக்கிப் பிடிப்பார்கள்
அம்மணக் குழந்தைகள்..

குளம் வேண்டாமென
வயற்காடுகளின் மீது
வட்டமிடும் மீன் கொத்திகள்..
பேராண்மை தவறும் தலைவர்களாக..

உம்பளச்சேரிக் கன்றுகள்
நுகம் வாங்க மறுத்தோடும்
வல்லமையைப் போன்றதொரு
கம்பீரத்தோடு நின்றன பனைகள்..

நெஞ்சு கொடுத்தேறிச் சிராய்த்து
இரத்தம் பூத்தால்
விம்மும் அம்மாயியின் பார்வை..

பக்கத்து வீட்டுப் பிள்ளைக்குத்
கண் கரித்துச் சிவந்ததற்காய்
மருமகளிடம்
சீப்பா மட்டியில் பிள்ளைப் பால்
வாங்கிக் கொண்டோடுவார்.. அம்மா..

உத்திரத்திற்காகாவிடினும்
ஓதிகள் பெருத்துக் கிடக்கட்டுமென
கண்ணயர்வார் தாத்தா..

—என்பனவற்றையெல்லாம்
இறைச்சியாக இறுத்தியோ
உள்ளுறையாக உணர்த்தியோ
குறியீடாகக் குவித்தோ
படிமமாகப் பதுக்கியோ
எம் மகவுக்கொரு செய்யுள் செய்ய
முயன்றவண்ண மிருக்கிறேன்..

அங்ஙனமொரு கவிதை
யாக்கப்பட்டுவிடுமேயாகில்
அக்கவிதையின் மரபணுவிலிருந்து
எம் மூதாதையரின் மண்ணை
மீட்டெடுத்துக் கொள்வார்கள் பிள்ளைகள்..
என நான் நம்புவதால்..

ஆனால்

உரிப்பொருள் பற்றியெல்லாம்
பிரக்ஞையேது மற்று கருப்பொருள் காத்து
அப்படியே வைத்துப் போனார்கள்
எந்தையர் தம் மக்களாகிய
எமக்கு..

08-02-2016ல்

உனக்காகவே
நானொரு தீபத்தை யேற்றினேன்..

தீபத்தைத் தான் ஏற்றினேன்..
நெருப்பைக் கொளுத்திப் போடவில்லை..

சுடர்தலுக்கும் எரிதலுக்குமுள்ள
வேறுபாடுகளை
அறிந்தவர் போல நீ செய்யும் பாவனைகள்தாம்

அமிலமென எரிக்கிறது..

எழுந்து சென்று விட்டாய்..

சுடர்கிறது என் தீபம்
இன்னும் அவ்விடத்தில்...

ஒரு மந்தணச் சந்தன ஒளியைப் பொழிந்து
சிருங்காரமாக்குகிறது..
அவரைக் கொடி கூரையில் படர்வதைப் போல
இருள் மீது படர்ந்து..

உள்ளே இருள் இருக்க வேண்டும்..
இருள் முற்றிலும் தீர்ந்தால்
ஒளிக்கது கௌரவமில்லை.

நானும் போகிறேன்..

உனக்கெனவானால் என்ன
எனக்கெனவானால் என்ன..
என் தீபம்
என்றென்றுமாய் நின்றெரியும்..

அம்பின் முனையில்
அமர்ந்து பயணிக்கும் காலம்
ஒருபோதும் மீளாது..

போ..
போவது போல் போ...

22-11-2023ல்

மேகத் திரள்களிலிருந்து தொங்கும்
ஒற்றை ஒளிச்சரடு
வீதிகளெங்கும் இழையும்..
மனிதர்களின் இதயங்களைக் கோர்த்து
கால்கள் தரை பாவாது தூக்கியசைத்தது..

மரணத்தைப் போன்று திடுமென விழும்..
இடியொலி
வாகனங்களின் வேக முடுக்கிகளை
மேலும் முடுக்கியது..

அருவிச் சாரலில் நின்று
தோய்வதற் கிணையான குளிர் மென் காற்று
உடல்களைப் புணர்ந்து
பேரின்பம் காட்டுவதனை
மகிழுணர்வோடு மனசேந்தி உடலேந்தி
வாங்கிக் கொள்ள
யாருக்குமே நேரமில்லை...

மழைக்கு முந்திவிட வேண்டும்

மாவரைப்பான் நிற்காமல் சுற்றுகிறது
மழை வந்தால் மின்சாரமிருக்காதே..

காய் வாங்கிக் கொண்டுவிட்டால் நல்லது..
இரண்டு சக்கர மோட்டார் சீறுகிறது..

எல்லாச் சன்னல்களும் திறந்திருந்தனவே..
தனிப் பயிற்சிப் பிள்ளைகள்
வீடடைந்திருப்பார்களோ..
கீழ்ப் பாலத்தில் இடுப்பளவு
தண்ணீர் தேங்கிவிடுமே..
ஒரு மேம்பாலத்திற்கு வக்கில்லை
இந்நாள் வரை..

எல்லோருக்கும் இடமிருக்கிறதுதான்..
வளை வாசல்தான் சிறியது..

மழைக்கு முந்திவிடுவது நல்லது..

ஈசானத்தில் மின்னினால்தான்டா
நமக்கு மழை..
அப்பாக்கள் இல்லை..

கோழி இறகு காய்ந்தால்தான்டா
இங்கே மழை..
அம்மாக்கள் இல்லை..

நடு ஒழுங்கையில்
நாய் பேண்டு வச்சா பேய் மழைடா..
இளங்காட்டு ஆத்தாக்கள் இப்போதில்லை..

புளி காய்ச்சா பொங்கும்..
மாங்கா காய்ச்சா மங்கும்..
அத்தைகள் இல்லை..

விண்டி ஆப் இருக்கிறது..
வேதாரண்யம் செல்வகுமார் அறிவிக்கிறார்..

அது விரித்துப் போட்டு நாளாகிவிட்டது..

வாரி சடை போட்டுப் பூச்சூடி
நளினமாக இருந்த காலமில்லை.. இது..

இனி.. சிக்கலெடுப்பது கைகூடாது..

ஈரும் பேனும் இல்லவேயில்லை..

நெற்றியில் இழையும் பேன்களை
லட்சமி குடியிருக்கா என நசுக்காமல்
தட்டிவிட்ட சித்திகளில்லை..

வகிடெடுத்த ஒழுங்கில்லை..
அது விரித்துப் போட்டிருக்கிறது
பாஞ்சாலியைப் போல..

எந்தத் தொடை பிளந்து
ரத்தம் தேய்க்குமோ..

      மழைக்கு முந்தி கூடடைந்தாயிற்று..
இருந்துமென்ன..
கூடே கலையப் போகிறது..

23-06-2023ல்

நான்கு கால்களாலும் ஒரு தலையாலும்
சரியும் வானத்தை விழுந்து விடாமல்
முட்டுக் கொடுத்தவண்ணம்
எதையும் தாங்கும் ஒடு தரையழுந்த
அவனது சொல் ஒன்று மல்லாக்கக் கிடந்தது
நடு வீதியில்..

கனவுகளைச் சுமந்தோடும் சக்கரங்களில்
நசுங்கிப் பொடியும் வாய்ப்புகள் கருதி
கருணையுடைய கால்கள்
ஓரத்தில் நகர்த்திப் போட்டன..

புண்ணியமாகப் போக எனப்
பாட்டிகள் வாழ்த்தினர்... கால்களை...

இரண்டு கால்களுக்கிடையே
குறிகளைத் தேடின கண்கள் பல
இனம் பிரிக்காவிட்டால் வீடடைய முடியாது
இக்கூட்டத்தால்...

இனியொருவரும் கவிழ்த்துவிடப் போவதில்லை..
தானாகவும் கவிழாது அச்சொல்...

தவறவிட்டவன் நெடுந்தூரம் சென்றிருந்தான்..

அச்சொல்லை ஆங்கவன் இழந்திருக்காவிட்டால்
பீ நாறும் குறுவெளிக்குப் பதில்
சந்தனம் கமழும் சுகவெளியில்
கிடந்திருக்கக் கூடுமவன்..

அய்ந்தடக்கும் திறம் மறந்த...
நெடுந்தொலைவில் கவனிப்பாரற்றுக் கிடக்கும்
அந்த அடங்காச் சிறுசொல்
காலக் கணுவாய் உறைந்து....

29-12-2021ல் - சங்கு : புன்னகை இதழ்கள்...

உடைந்து போதலின் மகிழ்வைக்
கொண்டாடும் விதமாகக் குவிந்து மொட்டு வடிவிலாகி
பேரண்டப் பேராற்றலை வணங்கிக் கிடக்கும்
மணற்குவியலின் மீதேற யத்தனிக்கிறான் வைகல்...

அன்னையின் கரங்களுக்குள் ஒடுங்கும்
மண்ணைத் தீண்டாத வண்ணச் சீரடிகளை
உள்வாங்கிக் குறுகுறுக்கிறது மணல் மகிழ்ந்து..

நீரில் மிதக்கும் திடப்பொருள் மீது நிற்பது போல்
கரச்சிறகுகள் விரித்து அவனுடலை நிலை நிறுத்தப்
பழக்குகிறது மணல் திரள்...

வழுக்கல்களையும் எதிரேற்றங்களையும்
கொண்டியங்கும் இவ்வினிய வாழ்வில்
முன் கூட்டியே கட்டைவிரல்களை
அழுத்திப் பிடிக்க அறிவுறுத்துகிறது குறு மணற்குன்று..

கெண்டைக்கால் வரை அழுந்திப் போனாலும்
மடிந்தமராமல் சோராமல்
அடியெடுத்துவைக்க உற்சாகமூட்டுகிறது
குவியுருவ மணற் கிடக்கை...

காற்றில் தெறிக்கும் ஒளிவார்த்தைகளைப்
பிடித்துக்கொண்டே முன்னேறி
உச்சியேறி...
கரம்கொட்டி வெளியளாவிச் சிரிக்கிறான்
வைகல்..

நான்கு பற்களால்
கன்னம் குழிவிழ
கதிரொளிக்கும் அச்சிரிப்பே
பிறவியின் பெரும்பேறெனப்
பேரானந்த வெளியில்
விழுந்து திளைக்கிறது நற்சுற்றம்..

தென்னம் பாளையைக் காட்டி..
தேன் சிட்டைக் காட்டி.. சறுக்குகிறான் மீண்டும்..

சறுக்குதல் வீழ்ச்சியல்ல
என்ற ஔிர் உண்மையை
உதட்டோரம் மணல் தடவி
உணர்த்துகிறது காலக்கொடை..

அசையாது வசீகரிக்கும் அது
அசைத்துக் காட்டுகிறது வாழ்க்கையின்
நுண்மைகளை... வைகலுக்கு...

வைகல்தொறும்...

இந்த நன்னீள் வாழ்வை தனக்குள் குவித்து
வான் நோக்கி வணங்கி நிற்கும் அதன்
ஒவ்வொரு மணற் பருக்கையையும்
பேரண்டப் பெருவாழ்வின் குறுஞ்சுவைத்
துணுக்குகளாய்ப் பாவித்து
விளையாட்டாக எடுத்துச் சுவைக்கிறான்
வைகல்..

எல்லோர் முன்னும் இப்படித்தான் வாழ்வு
மணல் மணலாய்க் கொட்டிக் கிடக்கிறது..
மலைபோல... சாகரம் போல...

வைகல் அறியும் கலை
வையகம் அறிவதில்லை...

07-06-2022ல்

காற்றொரு ஊடகம் என்பது உலகிற்கு..
அதிகாலை எழுந்ததும் பத்மாசனத்தில்
அமர்ந்தவண்ணம் இலைகளிலிருக்கும்
பச்சையத்தையெல்லாம்
உறிஞ்சிக் குழைத்து வண்ணமடிக்க ஏதுவாக
காற்றின் மூலக்கூறுகளின் இயக்கத்தை இறுக்கிச்
சுவரெனச் சமைத்தான்..

பிள்ளைகள் மகிழ்ந்தார்கள்..

மகிழ்வதுபோல நடித்தானவன்..
குற்றவுணர்ச்சி மிகுந்தால்
மகிழ்ச்சி அந்த அளவிற்குப் பீறிட்டடிக்காது
எனவே தொர்ரென ஊற்றியது அவனது
காலடியிலேயே..

நெற்றிக் கண்களால் வாகனத்தின் பேட்டரியைச்
சூடேற்றி அலுவலகம் வந்த பின்
அதே காற்றின் மூலக்கூறுகளை நெகிழ்த்தி
கொத்துக் கொத்தாகத் தீ வைத்துவிட்டு
வந்தமர்ந்தான் தன்னிருக்கையில்..

தீ நட்சத்திரங்களின் சூட்டோடு
அனைவரின் மீதும் பாய்ந்து குதறியது...

கரிந்து தீய்ந்த கைகளோடு வீடடைந்த அவன்
அன்பே இந்தப் பேரண்டத்தை இயக்குகிறது
என்றொரு ஸ்டேட்டஸ் போட்டுவிட்டு
கண்ணாடியின் முன் நிற்கையில்
அது இரத்தம் வழியும் பற்களை இளித்துக்காட்டும்..
குரூர வேட்டை விலங்கைக் காட்டியது..

ஓகே.. இட்ஸ்... ஓகே... எனப்போனான்
உட்காருமிடங்களில் ஒட்டிக்கொண்டிருந்த
நிணத்துண்டுகளை இடதுகையால்
தட்டிவிட்டவண்ணம்...

21-04-2022ல்

ஒளியலங்காரம் செய்யப்பட்ட அரங்கின்
கோடியில் உள்ள மேடையில்
சிற்பத்தைப் போன்றதொரு உறை புன்னகையுடன்
அமர்ந்திருந்த நிலையில்
அந்தக்கை மீது இந்தக் கை
விழுந்திருந்த போதுதான்
வலித்த புள்ளியைப் பார்த்தன விழிகள்..

கூர் முனை ஒளிர் வெள்ளிப்
பீங்கான் மூலையில்
வீசிய கை திட்டமிடலின்றி மோதியதால்
வலித்தது அந்தச் சிற்றிடம்..

மோதுகிறபோது நான் என்னவாகவிருந்தேன்..
யார் என்னை விரட்டியது..துரத்தியது..
என் கண்கள் விழித்திருந்தன தானே..
மனம் எவ்விடமிருந்தது..
உண்மையில் அந்தக் கணத்தில் என்னுடல்
என்னிடம் தான் இருந்ததா..

எப்போதும் எல்லோர்க்கும்
அவரவர் உடல்கள் அவரவர்களுடன் தான்
இருக்கின்றனவா...
பலர் தேவையில்லாமல்
அதனைத் தூக்கிக் கொண்டு
அலைவதாகத் தோன்றுகிறது..

இது வரவேற்புரையா வாழ்த்துரையா
சிறப்புரையா.. தலைமையுரையா..
இவர் உடலை அந்தப் பதினான்காவது வரிசையில்
ஐந்தாவது இருக்கையில் போட்டுவிட்டு
இங்கே என்ன செய்கிறார்.

என்னைப் பேச அழைத்த போதுதான்
நான் உணர்ந்தேன்
என்னுடல்
கை கழுவு பீங்கானின் ஓரத்தில்
மோதிய போதே
அங்கேயே விழுந்துவிட்டதனை...

23-06-2023ல்

வைகலின் மகிழுந்து...

இந்த மகிழுந்து
ஓடிக்கொண்டேயிருக்க வேண்டுமாம்..
எந்தப் பேருந்து நிறுத்தங்களிலேதும்
நிற்பதை அவன் விரும்பவில்லை..

ஓடைகளில் வழிந்தோடும் தண்ணீர்
காலத்தைப் போல நில்லாது இயங்கக் கடவது..

நீர்ப் பறவைகள் நீந்துவதை நிறுத்தாதிருக்க
வானிலிருந்து மீன் மழை பொழிய
அருள் செய்க..

வீட்டில் எந்தக் குழாயிலிருந்தும்
நீர் ஒழுகல் நிற்கலாகாது..

சிட்டுகளைப் போல
மாடியிலிருந்து கீழும்
கீழிருந்து வான் நோக்கியும்
பறந்தேக அடம் கொள்கிறான்..

ஒரு தட்டு தட்டினால்
வானுலவும் கோள்களைப் போல்
கீழிறங்காது மிதக்க வேண்டும் பந்துகள்..

தலையணைக் கருகிலே தான்
தட்டான்கள் துஞ்ச வேண்டும்..

நிலாவை யார் பனம்பழக் கீற்றாக
அரிந்தது எனக் கேட்டு

அம்மாச்சியோ எனச் சந்தேகமுறுகிறான்..

வைகலின் கோரிக்கைகளை
பேரண்டப் பேராற்றல்
வாய்பொத்திக் கேட்டுக் கொள்கிறது..

நம்பிக் கண் வளர்கிறான் வைகல்..

அவன் உறங்கும் போதும்
மலர்ந்துகொண்டேதான் இருக்கிறது
வைகல்..

17-11-2023ல்

எனக்கொரு ப்ளாக் ஃபாரஸ்ட் கேக்கை
பரிசளித்திருந்தார்கள் அன்பிற்குரிய
கெழுதகைமையர்கள்..

இந்த நாள் எத்தனை ஆசீர்வதிக்கப்பட்டது..
என் வாழ்வொரு பாகத்தாளிடம் சொல்ல வேண்டுமே..
நம்பத்தான் மாட்டாள்...
பருவம் தப்பிய
மழையில் நனைந்த விறகுகளின் புகை
அவள் நம்பிக்கையை வெண் கருப்பாகச் சூழ்கிறது..

இந்தக் கேக்கை பிள்ளைகளோடு பகிர்ந்தால்
அமிர்தமோவென ஆனந்திப்பார்கள்..

இடையே கிடக்கும் பாரம்பரிய இடைவெளியைக்
கடந்து நான் போவதற்குள்
இது உருகி வழிந்துவிடும் இளமையைப் போல..

இருந்தாலும் இந்தக் கிடைத்தற்கரிய உண் பரிசை
பகிராமல் சாப்பிட்டால்
சர்வாதிகாரி எனக் காலத்தால்
மூழ்கடிக்கப்படலாம்..

பறவைகளின் எச்சமென
ஆடைகளில் உருகி வழிய வழிய
பனிபடர் பிரதேசங்களில் படியும்
பனித் துளிகளைப் போல
இதன் சிதிலங்கள் கிரீடமாகிவிட...

சக பயணிகளின் ஏளனத்தால் ஒதுங்கி
நின்றுகொண்டே பயணித்து
ஊரில் இறங்கினாலும்
எந்த அதிர்வுமின்றி
யாதொரு பெருமிதமுமின்றி..
சோளப் பொரி விற்கும் வடக்கத்தி
இளைஞர்களைப் போல
தன்னியில்பில் இழைத்துக்கொண்டிருக்கிறது
இந்த அழகிய அன்பூர்...

03-02-2023ல்

சந்திப்பு...

தேநீர்க் கோப்பையில்
பரிமாறப் படுவதெல்லாம்
தேநீர் இல்லை..

இருக்கையிலிருந்து
எழுந்தோடி வந்து கட்டிப் பிடித்துக்கொள்ள
ஆசைப் படுகிறார் அவர்..
மேலதிகாரிகளும் இருக்கிறார்கள்..

காலை நடைப் பயிற்சியின் போது
அருகம் புல் சாறும்
முடக்கறுத்தான் தீநீரும் சாப்பிட்டவர்கள் தான்..
அறை முழுவதும் நிரம்பியிருந்தார்கள்..

வாழ்நாளின் ஒரு பொழுதிலேனும்
முடக்கறுத்தானை முடக்கத்தானாகப்
பார்த்தவர்களில்லை இவர்கள்..

மைதானத்துப் பாலக்கட்டை யோரம் நின்று
அந்த இளைஞன் தந்தான்
இவர்கள் ஜிபே செய்துவிட்டுக் குடித்தார்கள்..
இயற்கைக்குத் திரும்புகிறார்களாமாம்..

அறை முழுவதும்
குளீரூட்டப்பெற்றச் சொற்கள் மிதந்து கொண்டிருந்தன
அச் சொற்களில் பல
இடுப்புக்குக் கீழே
ஆங்கிலத்தைச் சூடியிருந்தன..

எங்கேயெல்லாம் தேடுவதடா..
ஏண்டா இன்னும் நாசாமாய்ப் போறே..

சிறுநீர் நெடியடிக்கும் பேருந்து நிலையங்களில்
மூலைகள் கிழிந்த கைப் பைகளில்
புத்தகங்கள் நிரப்பிக்கொண்டு
தோள் கடுக்க கால் கடுக்க
இன்னும் தான் நிற்கிறாயா..

என்ற சூடான சொற்கள்தான்
இவனுக்கு முன்னுள்ள
தேநீர்க் குவளையிலிருந்தன..

கோப்பையிலுள்ளவற்றை
விரும்பிப் பருகிய பின்
அலை பேசுவதாகச் சொல்லி
விடுபடுகையில்
ஈசலென அடர்ந்து அலையும்
அக் குளிர் சொற்களை
கைகளால் விசிறித் தள்ளியவண்ணம்
புறப்படும் அவனின்
கதிர் வீசும் சொல்லொன்றை
கோப்புகளுக்கிடையில் மறைந்து வைத்துக்கொண்டு
கையசைத்தார் அவர்.

09-06-2023ல்

குடி

நிலவு
கள் மாந்தியிருந்த ஒரு பொன்னிரவுக்
கொண்டாட்ட மனநிலையில் கவிதை பருகலாம்
என்றமர்ந்தோம் நிலவடியில்..

பல சுற்றுகளுக்குப் பின்னும் ஒருவருக்கும்
மப்பு ஏறவில்லை..
எந்தச் சனியனும் மட்டையுமாகவில்லை..
புட்டி புட்டியாகக் காலியாகிவிட்டிருந்தன..
கோப்பைகள் நிறைந்து நிறைந்து துறந்து துறந்து
களைத்துக் கிடந்தன..

வள்ளுவச் சரக்கென்றால் ஒரு ஒண்ணேமுக்கால்
கட்டிங்கில் குப்பென்று ஏறியிருந்திருக்கும்..
புடையன் கட்டைகளைப் போல் ஆளுக்கொரு
பள்ளமாய்ப் பார்த்து
உருண்டிருக்கலாம்..
புத்தாஞ்சோற்றிடையே தெறித்து விழும்
ராணிக் கரையானின் கொழகொழப்பான
உடம்பைப் போன்று..

என்ன எழுதுகிறார்கள் இவர்கள்..
*360 வேண்டாம்.. 90 டிகிரியாவது
நிமிர்ந்திருக்க வேண்டாமா..*
அப்படியே அறுத்துக்கொண்டுபோய்
தொம்மென்று விழுவது தெரியவேண்டும்..
ராட்டினப் பூமியில் சுற்றிக் களிப்பேற்றச்
செய்வது அதன் கடமை..

இறங்கிப் போகிறபோது
ஆத்தா கொடுத்தனுப்புமே

அந்த அரையணாவோ.. நாலு ஒரு ரூபாய்
நோட்டுகளோ..
ஒரு கல்கோனாவோ... இல்லையேல்
ஒரு நாவல் பழமோ
ஏதொவொன்று நம்மிடமிருக்க வேண்டும்..

சொதப்பல் பார்ட்டி
பின்னிரவில்
போதையே இல்லாமல் நிறைவுற

உச்சக் காட்சியில் மின்சாரம் தடைப்பட்டதுபோல்
அனைவரும் ஒரு சீழ்க்கையடித்தோம்...

28-04-2023ல்

வாயேஜர்
1200 கோடி மைல்களுக்கப்பால்
சென்று கொண்டேயிருக்கிறது..

ஒரே இருட்டு
நான் அதன் மீதிருக்கிறேன்..
இன்னும் எந்தக் குறுங்கோளுடனும்
மோதிக் கொள்ளவில்லை..

நீள்வது பற்றியென்ன..

ஓடைப் பாலத்தில் ஒருவன்
'ஏய்த்திருடா' என்கிறான்..

என்னை இல்லைதான்..
எப்போது நான்
எதைத்திருடினேன்..

எப்போதுதான் திருடவில்லை யாவரும்..

எல்லோர்க்குமே இந்த விளி
அல்லது வசை
பொருந்துமோ என்று
கணக்கிடுவதற்குள்..
இறங்குமிடம் வந்துவிடுகிறது..

பொன்னங் குண்டு தோப்பை
விற்றுவிட்டு
முப்பது லட்ச ரூபாய்க்கு ஒரு
செம்பருத்திச்செடி
வாங்கினேன்..
தவறு என்றார்கள்..
வாசனை வராது என்றார்கள்..
மனசு வீழ்ந்தால்
சொற்களைச் செரிப்பதில்லை..

வாயேஜர் மீது
நானிருந்து என்ன
செம்பருத்திப் பூக்களைக்
கசக்கித் தின்று என்ன..
இவையேது மில்லாமலே
வெட்ட வெளிதனில்
வெறும் பாழாய் நின்றதை
இட்டாய்ப் பார்க்கும்படி
எழுதி வைத்து விட்டுத்தான்
இறங்கினர்..

இறங்குமிடம் நெருங்குகிறது

உறங்காதிருந்தால்
அது
பயணமாகிறது.

10-10-2023ல் - உயிர் எழுத்து - இதழ்

ஞானவணிகம்

குருவானவர் தன்
காற்றறையில்
சவாசனத்தில் சயனித்திருந்தார்..

முன்னால் போனால் கடிக்கிறது
பின்னால் நின்றால் உதைக்கிறது
என்றொருவர் வந்தமர்ந்தார்..

இறங்கினால் வழுக்குகிறது ஏறினால் இடிக்கிறது
பிறிதொருவர் வந்து இறங்கினார்

குட்டையாயிருந்தால் தாண்டுகிறார்கள்
உயரமாயிருந்தால் குழிபறித்துக் கசிகிறார்கள்

விழுந்து கிடந்தால் வேடிக்கை பார்க்கிறார்கள்
எழுந்துகொண்டால் பொச்செரிகிறார்கள்..
எனச்சொல்லிப் பத்துக்கணக்கில் பலர்..

அனேகர் வருகிறார்கள் முலையறுக்க..
வேறு பலரும் தொடைக்கறிக்கு ஆசைப்படுகிறார்கள்..
எனவாங்கு பெண்கள் சிலரும் வந்து சூழ்ந்தனர்..

குருவிற்கு பதினோராயிரம் கோடிக்கு ஏற்கனவே
ஞானவணிகம் நடக்கிறது..

அவரின் முகம் தாமரை போலவே அன்றன்றும்
மலர்கிறது
இளம் பெண்களெல்லாம் கூட கிரங்குகின்றனர்..

தானிருக்கிறது எனக் கண்டுணர்ந்த குரு
எல்லோரையும் உள்முகமாகக் கவனிக்கச் சொன்னார்...

பலரது அகம் இருள்வெளியாகவும் மலக் குழி
நரமாகவும்
தன்னைத்தான் வியந்து

ஒலிவாங்கியிலேயே உமிழ் தெறிக்க
அடங்காமல் சிரிக்கும் என்லைட்டன்மெண்ட்
பற்றிய எண்ணம் எந்தச் சீடருக்கும்
வந்தால்
குரு தீட்சண்யத்தின் மூலம் கண்டுணர்ந்து
வெளியேற்றிவிடுவார்..
என்ற பயத்தில் எல்லோரும் கவனித்தனர்
அனிச்சையாகப் பிறரை..

மூச்சை உள்ளிழுத்து வெளியேற்றச்சொன்னார்..

சாப்பாத்திக் கள்ளிச் செடிக்கொண்டலுக்குள்
குத்துப்படாமல் நுழைந்து வெளியேறும்
பாம்புகளைப் போன்று பழகுங்கள் வாழ்க்கையை..

கேவலம் தகவமைப்பு என்ற எண்ணம்
தோன்றினால் உங்கள் சீட் கிழிந்துவிடும்..

பாம்புகளுக்குக் கால்களுமில்லை கைகளுமில்லை..
கட்செவியதனுக்குச் செவிகளுமில்லை..

இந்த உவமையே பொருந்தவில்லை.. என்று
கலையும் போது பேசிக் கலைந்தது தொண்டர் குழாம்..

இருப்பினும் அடுத்த எட்டாண்டுகளில் இருபத்தையாயிரங் கோடிகளை வரித்தார் குரு..

கோடிக்கணக்கான மக்கள் மூச்சை இழுத்து மூச்சை இழுத்து விட்டுகொண்டே தினந்தோறும் பத்துக்கணக்கான ஓ.டி.பி.க்களுக்காகக் காத்திருக்கின்ற போது சாப்பிடும் தோசைக்குள் காத்திருக்கிறது சரக்கு மற்றும் சேவைவரி..

27-03-2023ல்

நதி தூங்குவதில்லை..
அது உறைந்திருக்கிறது..

நதிக்கு வழங்கி வளர்வதுதான் நியமம்..

நதி படுத்திருக்கவில்லை..
உள்ளொடுங்கிப் பாய்கிறது..

பாய்ச்சல் விளைச்சலுக்குரியது
விளைச்சல் உயிரரசுவிற்குரியது..
நதிக்கரையின் மரம் நதியால்தான் வளர்கிறது
ஆயினும்...
பூக்களைத் தவிர
நதி வேறெதனையும்
மரத்திடமிருந்து எதிர்பார்க்கவில்லை..

மரம் கிளைகளை.. இலைகளை மலர்களைத்
தளிர்க்க வேண்டுமென
நதி எதிர் பார்ப்பதில் என்ன பிழை..

மரம் காய்க்காத
பூக்களைப் பூக்கப்போவதாக அறிவிக்கிறது...
நதி அவமானப் பட்டுவிட்டது மரத்தால்..

நதி உறைந்திருக்கிறது..

நீங்கள் ஆர்வமுடன் துறையிறங்குகிறீர்கள்..
நதி உங்களுக்காக நெகிழ்கிறது..
நீங்கள் நீந்த வேண்டுமென்றாலும்
இன்னும் கொஞ்சம் நெகிழும்தான்..

நதியின் சிற்றலைகளின் மீது
மலர்கள் தூவவேண்டிய மரம் வெறும்
இலைகளை உதிர்க்கிறது...

நீங்கள் கரையேறியவுடன்
நதி மீண்டும் உறைந்துவிடுகிறது..

நதிக்கென்று கூட ஒரு வாழ்விருக்கிறது..
மனதிருக்கிறது.. என்பதனால்
பயணிக்கிற இடமெல்லாம்
பொழுதெல்லாம்
சல சல வெனப் புலம்பியென்ன வாகப்போகிறது..
அது உறைந்திருக்கிறது..

08-06-2023ல் - உயிர் எழுத்து - இதழ்

பாலக்கட்டையிலமர்ந்திருந்தோம்...

எதிரே தென்னங்கொண்டல் செறிந்திருந்தது..

நிலவில்லா தீத்துளிகள் செறிந்த வானம்
தவிர்க்கவேயியலாத வியூகத்தோடு
நினைவுகளைப் பொழிந்தவண்ணமிருந்தது..

இருளைப் பரப்பி பகற்சூடு படாதவாறு
கால் மடித்தமர்ந்து சிரித்தோம்....

சிரிப்பதற்காகச் சிரிப்பது எத்தனைப் பெரிய
சல்லித்தனம்
என்றுதான் சிரித்தோம்..

தென்னை வனத்தின் உச்சியில்
நம்மிருவரின் நினைவுகளைத்தான்
ஒளித்துளிகளாகப் பொழிகின்றன மின்மினிகள்..

தீபாவளிப் பொதவாணம் சிந்தும் தீத்துளிகள் போல்
நினைவுகள் வந்து விழுந்து உடைந்தணைவதனை
ஓரக்கண்ணால் பார்த்தவண்ணம் சிரிக்கிறோம்..

நேற்றிருந்தவற்றைத் துறந்துவிட வேண்டுமென்று
நேற்றிருந்த நாம் இன்றுமிருக்கிறோம்..

அவரவர் காலம் அவரவர் உடம்பாயியங்கினாலும்
இரண்டு இரு சக்கர வாகனங்களாகி
இடவலமாய் நமக்காகக் காத்திருக்கிறது..
அம்பெனப் பாயும் காலம்....

நினைவுகளைச் சிரித்தால்
காலத்தைச் செரிக்கும் யோகம்...
நாளைக்கும் சிரித்தழிக்க

இன்னும் கொஞ்சம்
நினைவுகள் தேவையாகவே
இருக்கின்றன...

இப்படியாவது சிவனாய்த் திரியலாம்
இல்லையா...
நாம் புறப்படலாம்
ஓடும்போதுதான் நிற்கும்

18-04-2022ல்

படபடத்துப் பற

எத்தனையோ முறை சீழ்க்கையொலித்தது

உன் ஆட்டம் தொடங்கிவிட்டதாக
சக ஆட்டக்காரர்கள் கூக்குரலிட்டனர்..

நெறியாளரும் நடுவரும் கரங்களை உயர்த்தி உயர்த்தி
உன்னை அழைத்தவண்ணமிருந்தனர்..

உனக்கது கூட்டுப்புழுக் காலமென்ற நினைப்பில்
அயர்ந்திருந்தாய்..

எல்லாவிடங்களையும் களிமண்ணால் மூடாமல்
உனக்கொரு மெல்லிய வெள்ளை வாசலை
வைத்துத்தானிருந்தது காலம்..

உன் சிறகுகள் எப்போதோ முளைத்துவிட்டிருந்தன..
நீ ஒடுங்கியிருந்தாய்..

அன்றைய தீ வெப்பமிழந்ததாகவும்
பழைய மலர்கள் வாசமிழந்ததாகவும்
ஏடுகளில் பதிவு செய்யப்பட்டிருப்பது உண்மைதான்..

ஆனால்... காலத்தாலழிக்கவியலாத ஒரு சூடும்
வாசனையும் வைத்துக்கொண்டு இயங்குகின்றன
உன் நியூரான்கள்...

உன் இறங்குமிடமும் கடந்துவிட்டது..
பாதியாட்டமும் நிறைந்துவிட்டது..

நனைவது குளிப்பதாகாது..
குளிப்பது நீராடுவதாகாது..

கரைமீது நிற்கிறாள் சூடிக்கொடுத்தவள்..

கண்கள் திறந்திருப்பதும்
தண்ணீருக்குள் இருப்பதும் அதுவல்ல..

பேரண்டம் விழித்துக்கிடக்கிறது..

19-05-2022ல்

பிரிவறிதல்...

சாகும் வரை வரக்கூடாது என்றிருந்தேன்..
பட்டமளிப்பு விழாவிற்குத் தலைமையேற்பதாயிற்று...

மரங்களைப் பார்க்க ஆசைப்படுவதாக
உற்சாகமானார்கள்..

உன்னைப் பார்க்கலாமென்று தான்
அந்த இடத்திற்கு நடந்தேன்..
நீ இருக்கப் போவதில்லைதான்..
நானும் இருக்கப்போவதில்லை..

ஸ்டீவன் ஹாக்கிங் கண்டுணர்ந்ததுதான்..
இது ஒரு மகா எந்திரம்...
சக்கரங்களில் நசுங்கிப் போகிறவர்களைப் பற்றி
விசனப்பட நேரமில்லையதற்கு..

கை கோர்த்துக்கொண்டு கனவு காண்பது
பாதுகாப்பானதாயிருந்தது..

சீண்டிக் கொள்வது திட்டமிடலாயிருந்தது..

உறுதி சொல்லிக்கொள்ளாது உறுதி பிறந்து
செழித்திருந்தது..

நமக்குள் இருந்த நம்பிக்கை அணுத்துகள்களின்
அசைவாய்.. அனிச்சையாய்...
இந்த மரக்கிளைகளில் அசைந்திருந்தது...

பேராசிரியர் குனிந்து கையொப்பமிடும்போது
சொல்லிடப் போறேன்..
என்ற ஒற்றைச் சொல்லை நீ முகம் முழுக்க

அபிநயத்தாய்...

வேண்டாமே...
என்ற ஒற்றைச் சொல்லை நான் என் முகத்தில்
பாவிக்க முயன்று தோற்றேன்..

அதற்குண்டான உன் முகபாவத்தை
இந்த மர மல்லி மரத்தில்
விரல்களால்
தேடுகிறேன்..

மரங்களின் காதலன் நான் எனச் சிரிக்கிறார்கள்
இளைய மாணவர்கள்..

வானத்தில் கட்டப்படும் மேல்கட்டுமானம்
தொடுக்கும் எந்தப் பேரழிப்பையும்
தாங்கி நிற்கின்றன மனசுகளின் ஆதி வேர்கள்..

இப்புவி மீது இயங்குயிர்களுள் மீப்பெரும் விலங்கு
நினைவுகளேயென்பதால்..
விடைபெறலில் மிதக்கும் கண்களைப் பார்த்துச்
சொன்னேன்..
எந்தக் கண்ணீரிலும் கரையாத
நினைவு அணு
ஒன்றை
உங்கள் கண்களில் சுமந்து போகாதீர்கள்
கண்மணிகளே...
என...

07-04-2018ல்
மணல்வீடு இதழ்

உணவுப் பொட்டலங்கள் மேசைக்கு வந்தன..

இலைவைத்துக் கட்டியிருக்கலாமே என்றால்
அட லூசே... நாடு எங்கே போகிறது
நீ எங்கேயிருக்கிறாய் எனச் சிரித்தார்..

சிரிப்பில் கோடிவகை இருக்கிறது..

வார்த்தைகளைச் செலவு செய்யாமல்
வார்த்தைகளின் ஓடுடைத்து
உள்ளுறையும்
பொருளைச் சுற்றிச் சூழ்ந்து
உறிஞ்சி எடுத்து சாட்டை சொடுக்கும்
வித்தைகளைக் கற்று வைத்திருக்கின்றன
சிரிப்புகள்..

புன்னகை
பூமி பெறலாம்..

குதம் வழியாக செலுத்தப்படும்
துப்பாக்கி
ரவைகளைப் போல கிழிக்கின்றன
புன்னகைகள்..

சரி சாப்பிடலாம்...

இப்போது இப் பொட்டலங்களைப் பிரிக்கவேண்டும்..
கை கழுவும் திரவத்தால் கைகழுவ வேண்டும்..
கோடிகளில் செலவிட்டு கைகழுவச் சொல்கிறார்கள்
காட்சியூடகங்களில்...

கைகள் சுத்தமாயிற்று..

ஆர் என் ஏக்கள் பிரிந்து சிதைந்து
அழிந்துவிட்டன..

பொட்டலங்களின் நூல் முடிச்சகளில்
முடிச்சிட்டவரின் கை யழுக்கேறி
கறுத்துக் கிடக்கின்றன..

எதிர் மறையாய்ச் சுழற்றி முடிச்சவிழ்த்து
உணவில் கைபடாமல் விரித்து வைத்து
மீண்டும் ஆர் என் ஏக்களை வழலை நீர்ஊற்றி
உடைத் தூற்றிவிட்டு வந்து
சாம்பார் பையை எடுத்து வாயகற்றி வைக்கவேண்டும்

பொரிக்கப்பட்ட மசியல் செய்யப்பட்டக்
காய் பைகளை அவ்வாறே விரல்களால்
கவிழ்த்துக்கொட்ட வேண்டுமே...

இப்போதும் கைகழுவ வேண்டுமா..

ஒரு நுண்ணோக்கியை நெற்றியில்
பொருத்திக் கொண்டால் நலம்தான்...

உசுரு மசுராச்சி.. மசுரே உசுராச்சு..
தின்னு..

சாப்டீங்களா அய்யா

இன்று மிக விசேசம் அம்மா..

இருநூற்றைம்பது கிராம் கரோனாவில்
நூறு கிராம் ஒமைக்கிரான் ஊற்றி

பிசைந்து.. ருசித்து.. ஏக திருப்தி...

என மரண பயம் இழையோடும்

புன்னகையொன்றைத் தெறிக்கவிட

அது மேசைகளில் மோதி
கோப்புகளில்
ஊடுருவி
அந்த அம்மாவின் முகக்கவசத்தில்
பிரதிபலித்து எட்டுத்
திசையெங்குமிருக்கும்
சுவர்களில் படிந்தொளிர்ந்தது...

08-01-2020ல்

மொட்டை மாடியில்
கவிந்திருக்கும் குளிரில்
திளைத்தொரு நடை நடக்கிறேன்..

வைரவபுரத்து மூன்றாம் தெருவில்
ஒரு பழைய டயர் எரிகிறது..
அந்தக் கடும் புகை
நாளைக்குப் போகும் நியூஜெர்ஸிக்கு..

நான்காம் தெருவின் முட்டுச்சந்தில்
அய்ந்து உடைந்த வாளிகள்
இரண்டு டன் தூக்குப்பைகள்
லாரியளவு நெகிழிப் போத்தல்கள்
கூடவே இன்ன பிறவும் எரிகின்றன..

உமிழப்படும் டயாக்ஸின் உள்ளிட்ட
உயிர்க்கொல்லிகள்
சீனாவுக்கும் சப்பானுக்கும் உக்ரேனுக்கும்
லெனின் கிராடுக்கும் அய்ரோப்பாவிற்கும்தான்
கரைந்தேகும்..

காலையில் கல்லிலும் மாலையில் புல்லிலும்
நடந்த பாதங்கள்
மொட்டை மாடியில் எட்டு நடைக்குச் சுருங்கியது
நதிகளைச் சுருக்கியதால்..

'சுருக்கினால் சுருக்கு தான்டா மவனே'
குரல் கேட்கிறதா
காட்சிப் பிசாசுகளின் பேரிரைச்சலில்..
அதொன்றும் கேட்டபாடில்லை..

உப்பரிகையின் விதானத்தின்
உச்சி மீது ஓலை வைத்து
மட்டம் பார்த்து பாளையாய் முறுவலிக்கும்

தன்னந் தனித் தென்னந் தோழியின்
குருத்தின் கூர் முனைக்கு மேலே
நினைவாய்க் குழப்பும்
திரள் மேகத்தினுள் கனல்கிறது கீற்று நிலா..
அந்திமம் வரை கரையாது
கங்கெனக் கிடக்கும் ஒற்றைச் சொல்லாக...

போன மாதமும் இந்த நிலா தெரிந்தது..
போகும் இடமெங்கும் பொழிந்தது இதே நிலா..
அற்றைத் திங்களாயினும்
இற்றைப் பொழுதாயினும் நின்றிருப்பது
ஒன்றே ஒன்றான நிலாதான்..

ஆயினும்
இன்று எனக்குள் ஒளிர்வது
வேறு நிலா..

24-01-2023ல்

மாயப்பை

என்ன இருக்குமென வியந்து வியந்து
ஊரார் கூடி கவிழ்த்துக் கொட்டினோம்..
மன்னரின் உரச்சாக்குப் பையை..

மன்னர் ஏன் மன்னரானார் என்று
யாருக்கும் தெரியவில்லை..

தவறுதலாகவோ சாமர்த்தியமாகவோ
நிகழை இறுக்கிப் பிடித்து கழுத்தை நெரித்து
கக்கத்தில் வைத்துக் கொண்டு அவர் நடக்கத் தொடங்கி
அய்ம்பத்தைந்து ஆண்டுகளாயிற்று...

பத்து ரூபாய்தான் கேட்பார்..
இந்த விலையேற்றமும் எரிசாராய மூட்டையின்
விலையோடு தொடர்புடையது..
இருபது ரூபாயோ நூறு ரூபாயோ தந்தால்
க்கும்... க்குக்கும்... என்பார் கைகளால்
ஆசீர்வதித்து...

எல்லோரிடமும் கேட்பதில்லை..
வள்ளலாரைக் கண்டுணர்ந்த கிறுக்கரைப் போல
கருணையைக் கண்டுணரும் வித்தை கற்றிருந்தார்..

துரோகங்களும் மீறல்களும் சிந்திச் சிதறிக்கிடக்கும்
இந்த மண் திணிந்த நிலன் அனைத்தையும்
கால்களால் புனிதப்படுத்திபடியே நடக்கிறார்..
உரச்சாக்கு மூட்டையொன்றைச் சுமந்தபடி
நடந்து கொண்டேயிருக்கிறார்...

நிகழ்
அவர் முன் உறைந்து நிற்கிறது..
அவர் சுமக்கும் மூட்டையை யாரும்
தொட்டுவிடவோ பார்த்துவிடவோ
அனுமதியே இல்லை..

வன்மத்தோடு பிடுங்கிக் கொட்டினோம்..

கலகலவெனச் சிதறியது இளசுகளின் சிரிப்பு..
உள்ளே இருந்து ஆதிக்காகிதங்கள்
அரையணா நாணயங்கள்.. கொட்டச்சிகள்..
சீட்டுக்கட்டுகள்.. சின்னக் கிண்ணங்கள்..
கொஞ்சம் சேலைத் துணிகள்..
பின்னர் விழுந்தவையெல்லாம்
பாலி எத்திலீன் கேரி பைகள் சாசேக்கள்..

கம்ப்பரஸர் ஊதுகிறபோது குழாய்க் கிணற்றிலிருந்து
பீறிடும் தண்ணீராய்ச் சீறிய சிரிப்பொலி
கிரீடமாய்க் கங்கு சூடிய குச்சியை
நீரில் நுழைத்தது போல உஸ்ஸென அடங்கியது..

எல்லாவற்றையும் முறையாகத் திணித்துத் தந்த பிறகு
மன்னர்
நிலமளக்கப் புறப்பட்டார் புன்னகை மின்ன...

பெருமை சேர் பேரறிவு பெற்ற நுண்ணிய நூல்பல கற்ற
எல்லோரிடமும் ஒரு மன்னர் பை இருக்கிறது..

நிலைப்படியருகே இறக்கி வைத்துவிட்டு
உள்ளே
ஞானச் சுடர்போல் பவ்வியம் காட்டி
புன்னகையின் பெருங்கருணைப் பிழம்பாய்
பணிந்து நின்று அளவளாவி மீள்கிறபோது...

*மறக்காமல்
அவரவர் பையை
எந்தக் குற்றவுணர்வும் சோர்வுமின்றி
தூக்கிக்கொண்டு கிளம்புகிறோம்..

எல்லோரும் கண்ணுறும் பை அவருடையது
நமக்குமே தெரியாத மாயப்பை நம்முடையது..*

26-08-2022ல்

கர கர வெனத் தீட்டப்படும் கத்தியை
இந்த வைகறைப் பனியில் மங்கலாகப் பார்த்துவிட்டு
தொர தொர வெனக் கிடாய் ஒன்று அழுவதாய்
காட்சியொன்று விரிய...

இறைஞ்சுவதில் ஒரு மண்டலம் பயின்றவர்கள்
சொல்லக் கேட்டு கேட்டுச் சொல்லி
ஒவ்வொருவராய் வருகிறார்கள்...

என்னிடமும் குஞ்சுகள் இருக்கின்றன
நத்தைகளை அடிமடியில் வைத்திருக்கிறேன்..
என் மேனியெங்கும் பாசம் மிதந்தலைகிறது
இரக்கமற்ற பூமி புதுப்புது ஜிஎஸ்டி யால்
என்னையும் உறிஞ்சிக் கொண்டேயிருக்கிறது..
பாருங்கள் மீன் கொத்திப் பறவைகள்
பசியோடு கிரங்குகின்றன..

என்னிடமே வந்து கேட்டவண்ணமிருந்தால்
எப்படி..
இறைஞ்சுவதில் முன் அனுபவமே இல்லாத நான்
தண்ணீருக்குள் தண்ணீராய்
அழுது தீர்க்கிறேன்...

இறைஞ்சுவதற்கான பல பட்டறைகளில் கற்றவர்கள்
முகாம்களில் தங்கிப் பயின்றவர்கள் என வருவோரின்
சாமர்த்தியத்திற்கு இணையான சமர்புரிய
அங்கேயே நகர்வற்றுக் கிடக்கும் நான்
யாதுமறியவில்லை..

வெட்டிக் கொடுப்பதும் கட்டிக்கொடுப்பதும்
தாய்மையின் பெருங்கருணை என்ற பரப்புரை
அரசூடகங்களால் தீவிரமாக்கப்படுகிறது..

வெட்டுண்டும் கட்டுண்டும் போவதைத் தடுக்கவோர்
கரமின்றி
இறைஞ்சுவோர்க்கு வழங்கிவிட்டு
இறைஞ்சுவோர் கொண்டு சென்ற என் யாக்கையின்
குறும்பகுதி யொன்று சமுத்திரமாக வளரும்
வாய்ப்புளதான கற்பனையில் கிடக்கிறேன் நான்..

21-04-2022ல்

ஆகாசம் சிவக்கச் சிவக்க
அலர்ந்து மலர்ந்து கிடக்கிறது மயிற்கொன்றை..

நீங்கள் விட்டுக் கொண்டே போகிற
கரி கலந்த வாயுத் திரளைக் குடித்துக் குடித்து...

குடித்தாலும் ஒரு செவ்விய புன்னகையை
வழங்கியபடியே நிற்கிறது..

பிளாஸ்டிக் புன்னகைகளுக்குப் பழகிய நீங்கள் ..
அந்த மகிழ் நிகழ்வையே கவனிக்காது கடக்கிறீர்கள்....

பேரண்டப் பேராற்றல் தினமும் வந்து
நேர் நிற்கிறேன் பார் என்றா நிற்கும்..
இப்படித்தான் மறைந்து கரைந்து உயர்ந்து
விரிந்து உயர்ந்து பதுங்கி பிதுங்கி
தன்னைத் தான் புதுக்கி நிற்கும்...

ஸ்டீஃபன் ஹாக்கிங்கை
ஆயிரம் மீட்டர் ஓட்டப் பந்தயத்திற்கு
அழைத்து வம்பிழுக்கும் உங்களிடம்
மயிற்கொன்றையின் பூப் புன்னகைக் குறித்து
யாதுரைக்க இயலுமது...

30-06-2022ல்

இலைகளில் சார்ந்த பனி நுண்மிகள் சேர்ந்து
துளியாகிக் கீழிருக்கும் இலைகளில் சொட்டும் ஒலிகள்
அடர் இருள் யாமத்தின் இறுக்கும் மவ்னத்தை
மொழிபெயர்த்துக் கொண்டிருக்கும் வேளையொன்றில்
கழிப்புத் தூண்ட விழிப்புக் கண்டது..

உறையிருளின் நெடுஞ்சரடாய் மிகுந்த மந்தமான
தீபத்துளிகளோடு கிடக்கும் வளையொழுங்கைகள்
சிமெண்ட் கற்கள் புதைக்கப்பட்டு
வெள்ளை விளக்குகளால்
காக்கும் இறையற்றும்
மருட்டும் பேயற்றும் கிடந்தன வெளிரிட்டு...

நிறைவுற்று மீள்கையில்
மரத்தடியில் கிடந்த நாற்காலியில் அப்பா வந்து
அமர்ந்திருப்பதாக
ஒரு எண்ணம் மின்ன அதிர்ந்து
கனைக்க வேண்டியதாயிற்று..

விழிபனிக்க வீட்டிற்குள் வந்துறங்கியவர்
இல்லாதாகி நில்லாதியங்கும் கால வெளியில்
கரைந்து நினைவாகிய காலமொன்றில்
அப்பா வந்து அமர்வார் என்று
நாற்காலியைப் போட்டு வைத்தனர் பிள்ளைகள்..
அதே மரத்தடியில்...

ஒரு இராணிக்கரையானைப் போல்
ககனப் பெரிசில் மாய ஜெல்லி வயிற்றை
வைத்துக்கொண்டு
மீச்சிறு தலையில் ட்ரில்லியன் ட்ரில்லியன்
கண்களோடும் காதுகளோடும் ஊடுபாய்ந்து
பிறழ்வுகளைத் தின்று செரித்து
நன்னிகழ்வுகளை சந்ததிகளுக்கென
மடியில் கட்டிக் கொண்டு

நில்லாது நடந்துகொண்டேயிருக்கும்
அந்த ஆதித்தாயின் மயத் திருவுரு
தோன்றியது இங்ஙனமே என்று
கரும்பலகையில்
எழுதிப் போட்டுக்கொண்டிருந்த
ஆசிரியரைப் பிடித்து மரப்பாச்சிப் பொம்மையாக
ஆக்கிக் கொண்டார்கள் இவ்யுக
மாணாக்கப்பிள்ளைகள்...

28-02-2022ல்

தலை

அவனுக்கொரு பொறுப்பு வந்தது

வருமா என்ன
தட்டிப்பறித்துக் கொண்டானதை..

பொறுப்பு செல்வப் பொதியோடு வந்தால் முக்திதான்..
சம்மணமிட்டு நடுமன்றத்தில் அமர்ந்துகொண்டான்

முட்டை உண்ணலாம் புரதமும் ஈ விட்டமினும்..
ஆனால் பிள்ளை பிறக்காது..
கறி தின்னலாம்..
சீக்கிரம் வயதுக்கு வந்துவிடுவீர்கள்..
குட்டைமீன் சமைக்கலாம் கருவுறமாட்டீர்கள்..

ஆடுகள் சொன்னதைக் கேட்கும் வாயில்லாச்
சீவன்கள்..
மருதுவின் கோட்டோவியங்களுக்கு
வண்ணம் தீட்டியது போன்றே இயங்கோவியமாகத்
துள்ளும் ஆட்டுக்குட்டிகளும்
குழந்தைகள்தாம்..
அவை மேயப்போகட்டுமே..

சோற்றைப் பார்க்கும்போதெல்லாம்
சின்னச் சின்ன யூரியா மூட்டைகள் போலத்
தோன்றுகின்றன..
நீரிழிவு அடைக்கப்பட்டக் குப்பிகள் அவை..
சோறுண்ணிகள் முட்டாள்கள்..
என
சாப்பிடும் அறைகளிலும் அடுமனைகளிலும்
எழுதிவை..

என்பதாய்.. என்பதாய்..
கண்களை மூடிக்கொண்டு போதிக்கலானான்...

வீதி சமைக்க மண் வெட்டும் கருவிகள் இல..
புதர் அழிக்க அரிவாள்கள் கத்திகள் இல..
நெகிழியொழிக்க விரல்கள் எதற்கு..
உலகம் கருத்துக்களால் ஆளப்படுகிறது..
கொற்றமே குற்றவாளி.. எனுமாறு ஒரு
சொற்பொழிவாளருக்கு ஏற்பாடு செய்தான்..

அவர் மலையைக்குடைந்து கடலைக்குடித்துக்
களைப்பதற்குள்.. தேநீர் கூட கிட்டாமல்
நாவரள கண்செருகியது குறுஞ்சபை..

எல்லோருமாகச் சேர்ந்தொரு செல்ஃபிக்குள்
உறைந்து கொண்டபிறகு
நீரிலிட்டக் கோடாக இல்லாது கரைந்தனர்..

அவன் முடிச்சைப் பத்திரப்படுத்திய
வெற்றிக்களிப்பில் புறப்பட்டான்..

15-04-2022ல்

துன்பம்... தாபம் செய் குற்றம்...

குளிப்பறைக் குழாய்களில் பீய்ச்சியடிப்பது
விரகம்தான் தனியிருட் பொழுதுகளில்..

நன்றாக வளர்க்கப்பெற்ற...
ஈரமான..
சுண்டினால் இரத்தம் தெறிக்கும்
நிறமுடைய...
ரோஜாக்களின் சுகந்தம்
தாங்கிய...
விரகத்திற்குக் கொள்முதல் விலை
தங்கப் பிளாட்டினத்திற் கிணையானது...

பேரண்டம் முழுவதையும் ஆளும்
கொள்முதல் நிலையங்கள் விரகத்தைக் கண்டுணர
செயற்கைக் கோள்களை அனுப்புகின்றன..

ஒரு மயிரிழை கூட பிசகாமல் கூரைகளை
ஊடறுந்து விரகத்தின் நிழற்படங்களை
செயற்கைக் கோள்கள் பதிவுசெய்தனுப்புகின்றன..
காய்ந்து உப்புப் பொரிந்துபோன
விரகக் கருவாட்டிற்கும் நல்ல கிராக்கியிருக்கிறது..

அடைத்துக்கொண்டு பெய்யும் பெருமழையென
படுக்கையறைகளுக்குள்ளும் பெய்து நிறைக்கிறது
விரகப் பொழிவு..

பிள்ளைகள் தூங்கிய பின்னர்
பொருந்தா விரகம்
ஏதும் ஒளிக்கப்பட்டுள்ளதா என
புத்தகப் பைகளுக்குள் துழாவுகின்றன..
ஈன்ற பொழுதுகளின் பதைக்கும் கரங்கள்..

புனிதம் இருக்கிறது பார் இருபுறமும்
கையெடுத்துக் கும்பிட்டுக் கால் பார்த்து நட
என்று அழைத்துவரப் பட்டவர்கள்...

மின் கம்பத்திற்கு ஒன்றென
இருள் பின்னணியில்
முகத்தில் மட்டும் ஒளி குவிய
பின்னிரவுகளிலும் விரகம் உட்கார்ந்திருப்பதை
கையறு நிலையில் பார்த்துக் கொண்டே
வந்து சேர்கின்றனர்...

நல்ல நெருக்கத்திலிருந்து
இறங்கிக் கொள்வதற்கு முன்
பணப்பை இருக்கிறதாவெனச்
சரிபார்த்துக் கொள்வது போல
வானம் பாளம் பாளமாகத்
தெறித்து விழும்போது
தங்கள் உள்ளங்கைகளால்
காப்பாற்றிவிடமுடியும் பிள்ளைகளை
என நம்பும் பெற்ற மனங்கள்
பித்துப் பிடித்துப் போய்
விரகத்துண்டுகள்
ஏதேனும் தவறுதலாக்க் கிடக்கின்றனவா என
அடிக்கடி வீடு துடைத்து ஒட்டடை
அடிக்கிறது..

எரியும் நெகிழியின் டையாக்சினைப் போல
காற்றில் விசம் பரப்பும் விரகம்
எண்பத்தைந்து பில்லியன் நியூரான்களிலும்
இருட்டாய் உறைந்துள்ளது..

நூலகங்களில்.. கல்வி நிறுவனங்களில்
உயிரைக் கையில் பிடித்துக் கொண்டு

மென்மையாய் எரியும் எந்தச் சுடராலும்
உண்டு செரிக்க இயலாது
என அறியும் விரகம்

பழைய ஓட்டு வீடுகளின் மோசரத்தையும்
உத்தரங்களையும் சுவரில் ஊடுருவி
உண்டு வீழ்த்தும் ஊளைக்கரையானாக
வெட்ட வெளியெங்கும் வியாபிக்கிறது

மிக... மிக... இரகசியமாக...
ஆனால் ஊரறிய...

24-05-2022ல்

குப்பை

உறங்கும்போது கீழே விரிக்கப்பட்டிருக்கும்
விரிப்பை இழுத்துக்கொள்வது போல
என் கட்டு மனையைக்
கொஞ்சம் இழுத்துப் பார்த்தான் ஒருவன்..

வழங்கலாம்.. மன்னிக்கலாம்.. மறக்கலாம்...
சரிதானென்று புரண்டுகொண்டுவிட்டேன்..
இப்போது
மூச்சுக் காற்றே மோதித்திரும்புமளவில்
சுருங்கிவிட்டது மனை..
மனையென்பது மனசின்
குறியீடு..
பண்பாட்டின் பிம்பம்..
பேரானந்தத்தின் எழுத்து வடிவம்.. வரலாறின் சந்தி..

மைனாக்கள் பீங்கலாத்திகள் தேன்சிட்டுகள்
காக்கைகள் வறிச்சாளிகள் செண்பகங்கள்
கொண்டை வளந்தான் குருவிகள் கறுஞ்சிட்டுக்கள்..
அவ்வப்போது மயில்கள் அணில்கள் நாட்டுக்கோழிகள்
கொண்ட எங்கள் குடும்பம் புழங்க இடமில்லை..

குபேர மூலையில் குப்பை சேரக்கூடாதாம்..
குபேரர்கள் குப்பைகளைக் கையாளுவதில்லை..
மாற்றிப்போட்டால் பாம்புக்குட்டிகள்
வந்தடைகின்றன..
எரிக்கலாமென்றால் அமேசான் காடுகளைப் பற்றிய
சிந்தனை யெழுகிறது..

ஏன்தான் குப்பைகளைச் சேர்க்கிறோம் என்று
சாப்பாட்டு மேசைகளில் சண்டை வலுத்தும்
பயனில்லை..

கணந்தோறும் மாமரத்தின் சருகைப்போல்
ஒவ்வொருவர் குப்பையும் விழுந்தவண்ணமுளது..

குப்பைகளை அள்ளிச் செல்லும் இயந்திரங்கள்
அக்கினி கொண்டு காற்றுவெளியிடை
நோய்விதைப்புச் செய்யப் பணிக்கப்படுகின்றன..

மீதமிருக்கும் வீட்டுக்குப்பைகளை
மண்திணிந்த நிலவெளியெங்குமாய்
பூமியை விழுங்கிக்கொண்டிருக்கும்
சாகரமெங்கினும் வாரிக்கொட்டும்
இயந்திரக்கண்களில் மனிதர்கள் அனைவருமே
நடமாடும் கடவுளர்கள் அல்லர்..
இயங்கு நிலைக் குப்பைகள்..

மக்கா.. எச்சரிக்கை.. மக்கா.. எச்சரிக்கை
தன்னைத் தானியக்கும் பூமியும்
அங்ஙனமே நினைத்துவிடப்போகிறது...

19-03-2022ல்

என் சன்னல்களை நான் திறந்துவைத்துவிட்டுத்தான் வந்தேன்..
எனக்கு நுழைகிறபோது முடை நாற்றமடிக்கக்கூடாது..

மழையெனப்படுவது பரவலான பெருங்கருணை யானாலும்
அதன் கனம் வலியது..
மாரி பார்த்து அடக்க வேண்டும்... இல்லையேல்
மகமாயி பார்த்து அடக்க வேண்டும்.. என்பது
கொரோனாவிற்கும் முந்தையது..

எமது சன்னல் ஓரங்களில் ஒரு ஆய்வுக்கட்டுரையும்
கவிதையும் இல்லை..
அலைபேசியின் மின்னூட்டிகள் தான்
இருக்கின்றன..

சட்டைகள் கம்பிகளில் காய்கின்றன..
மீண்டும் துவைக்க வைத்துவிட்டது...

ஓவியங்களில் புகைப்படங்களில் காட்சிப்படிமங்களில்
மழை வீட்டிற்கு வெளியே பெய்கிறதாய்
பொதுப் புத்தியால் நம்பப்படுகிறது..
அது
சோ வெனப் பெய்வது எப்போதுமே
உள்ளே தான்...

01-03-2022ல்

கவிதைக்குள் நீந்துவது வழக்கமாகிவிட்டிருக்கிறது..
கடலில் மீன்கள் நீந்துவது போல...

மீன்கள் கடலைக் குடிப்பதில்லை..
கடலும் மீன்களைத் தின்பதில்லை..

மீனும் கடலும் ஒன்றாயிருக்கின்றன..
கடலும் மீனும் வேறாய் நிற்கின்றன..

அத்வைதம் துவைதம் விசிச்சாட்வைதமல்ல
பசிதான் பேசு பொருள்..

மீன்கள் கடலைக் கண்டுபிடித்து
பிடித்துக் கடித்துத் தின்று செரித்துவிடலாமென்று
விரட்டிக் கொண்டோடுகின்றன..
கடலும் தன்னைத் தான்குழைத்துத் திரித்து
மீனுண்ணச் சுழல்கிறது..

இவைகளெல்லாம் அலைகளுக்குத் தெரிவதில்லை..
திருநாவுக்கரசரைப் போன்றதொரு பிரம்மாண்டப்
பேருருக்கொண்ட காலம்
காலகாலமாய்ச்
சாகரத்தின் விளிம்பிலமர்ந்துகொண்டு
உழவாரப் படையொன்றால் அலைகளைச்
செதுக்கிக்கொண்டிருக்கிறது...
சமுத்திரத்தை ஸ்படிகத் தெளிவாகப் பார்க்க..

கவிதைக்குள்ளும் நானப்படித்தான்
நாளும் பொழுதுமாய்த் திளைக்கிறேன்..

ஒரு நாளும் ஒரு துளிக் கவிதையைக்கூட
பிய்த்துத் தின்றவனில்லை நானும்.. நானும்..

கவிதைதான் கார்ட்டூனில் வரும் முயல்குட்டி
கேரட்டொன்றை மெல்வதைப் போல என்னை
மென்றுகொண்டேயிருக்கிறது..

நாசமாய்ப் போக அது...

15-04-2022ல்

குறுஞ்செடியில் கூடு கட்டுதல்
பூமியை ஒரு இடுக்கியால் எடுத்தெறிவதற்கு
இணையானது என்று
காலையில் ஆயிரத்து அய்ந்நூறு ரூபாயில்
அவதரித்த ஆறு கோழிக் குஞ்சுகள் யாதறியும்..

புதிய இடத்தில் வாய்க்கும் உணவு குறித்த
தீவிர விய்யா ஒலியோடு தேடிக்கொண்டு திரியும்
அவைகள்
தேன் சிட்டுகளோடு
உடன் வசித்தாலும்
சந்தித்துக்கொண்டதேயில்லை..
பயணிகளுக்குள் தத்தளிக்கும் நடத்துநர்
இத்தனையாண்டுகளில் யாரையுமே சந்தித்ததில்லை
என்பதைப் போல..

தேன் சிட்டின் மொழியை
எப்படிக் கற்பதெனத் தெரியவில்லை..
அறிவியல் வெகுதூரம் மெய்மைக்குள்
நுழைந்தேக வேண்டியுளது..

ஒரு குட்டித் தீஞ்சொல்லைப்போல
அழகாய் இருக்கிறது அது....

பேரண்டம் வாய்க்கப்பெற்றக்
கொண்டாட்டமிருக்கிறது உடல் மொழியில்...

இந்த இடத்தில்
படிக்கட்டுகள் அமையவிருக்கின்றன சூழ்ந்தாய்..
இந்தக் குரோட்டன்களை பழமலையைக்
கேட்காமலேயே வெட்டிவிடுவார்கள்...

இலைகளைப் பின்னிப் பின்னி அவசர அவசரமாக
நீ நெய்யும் கூட்டோடு உன் குழந்தையும்
உழைப்பும் பேரானந்தமும் குலைந்தழியும்..

சொன்னால் கேட்குமா..
சொல்லத்தான் இயலுமா...
எந்தப் பிள்ளைதான் சொன்னதைக் கேட்டது..

மேம்பாலத்துக் கைப்பிடிச்சுவரை
உடைத்துக்கொண்டு பைக்கோடு விழுகிறவனும்
பிள்ளைதான்..

காதலிக்கவில்லையென்றோ..
ஒத்துக்கொள்ளவில்லையென்றோ..
கழுத்துறுப்பவனும் பிள்ளைதான்..

நூலாம் படையென ஆங்காங்கே
அறுந்து தொங்கும் பெற்றோரின் கனவுகளை
சேகரித்து ஒரு மூட்டையாகக் கட்டிக்கொண்டு
காணாமல் போகிறவர்களும் பிள்ளைகள்தான்..

மின்னிணைப்புப் பெற விண்ணப்பித்தமைக்கு
நானேன் படியளக்க வேண்டும்
என்று கேட்டு வைக்க முட்டாளா நான்...
அறு நூறே தரலாம்...

சிந்தனை செயலாகி செயல் பின்பற்றப்பட்டு
பின்பற்றல் பரவலாகி பரவியது பழக்கமாகி
பழக்கம் வழக்கமாகி வழக்கம் விதியாகி
விதிகளை மீறி மீறி.. மீறலே இயல்பாகி...
அறு நூறே தரலாம்...

பாவம்... வேகாத வெய்யிலில் வந்துள்ளேன்
அய்யா...
ஆடுமேயும் உயரத்திற்கு இருப்பதல்ல..
யார் வந்தாலும் தங்களிடமுள்ள எல்லா
ஏவு கணைகளையும் செடிகளின்மீதே
பரிசோதித்துப் பார்ப்பார்கள்...
என்ற குறையொன்றுதான்...

மரமென்றாலே ஒரு மரியாதை தானே...

என் குஞ்சுப் பிரபஞ்சமே.. கூடு நெய்யாதே
இந்தக் குறுஞ்செடியில்...

26-04-2022ல்

வீட்டைப் பூட்டிக்கொண்டு உள்ளேயிருக்கும்
காமத்தைக் காண
கொல்லைப்புறத் தாழ்ப்பாளைத் திறந்துகொண்டு
யாருக்கும் நிறையாத பேரின்பம் நுழையவேண்டுமென
உள் முகமாகத் குனிந்து யோசிக்கிறதோ காமம்..

நாளமில்லாச் சுரப்பிகளின் சுரப்புகளுள்
ஒன்றே போன்று
தோலுக்குப் பின்னரான பேருறுப்பாக துளிர்க்கும்
ஒரு கண் காணா உறுப்பே காமம் என்று
பனங் கருக்குகளால் ஆன அடுக்குகளைக் கொண்ட
கோப்புகளில் காணக்கிடைக்கிறது..

வளர் மதிக்கும் வயதாகிவிட்டது..
நள்ளிரவில் பழவாசனை கவிழக் கவிழ
எரிசாராயம் எரிக்கிறாள்..

ஒவ்வொரு சொட்டு மது விழும்போதும்
அனலின் முன் அமர்ந்துகொண்டு
அரூபப் பேருறுப்பாயியங்கும் காமத்தினை
ஒரு தாகமென
பசியென
வியர்வையென
உணவென
நீரென
ஏன் பார்க்கவியலவில்லையென சிந்தித்தவண்ணம்
இரவு கிள்ளி இரவுகிள்ளி சுள்ளிகளாய்ப்
போட்டெரிக்கிறாள்...

தெருக்கதவு திறந்திருந்தால்
கொல்லைக்கதவு தாழிடப் படுகிறது..
கொல்லைக்கதவு திறந்திருந்தால்
தெருக்கதவு தாழிடப்படுகிறது...

நடுக்கூடங்களில் நம்பிக்கையோடு
விளையாடுகிறார்கள் பிள்ளைகள்..

15-04-2022ல்

*பிறந்தபோது கொண்டாடி மகிழ்ந்தது
ஊர்...*

என் பாட்டிற்கே தன் பாட்டுக்குத்
தூங்குது பார்..
என்று தோளில் அணைத்துத்
தாலாட்டினார் பாட்டன்..

தவழுகிறபோது
உளுந்து விற்றுவந்த காசில்
கொலுசெடுத்து வந்தார் அம்மான்..

கை பிடித்து நடை பழக்கினார்
நடை தளர் பாட்டி..

முதுகிலேற்றிக் கொண்டுபோய்
சிற்றலையோடு திளைத்திருக்கும்
குளங்களில்
நீச்சல் பழக்கினார் சித்தப்பா..

பட்டுக்குட்டி.. தங்கக் கட்டி..
சிட்டுக்குட்டி
எனத் தூக்கிக் கொண்டோடி
கொண்டாடினர் சித்திகள்...

வந்தானா.. படித்தானா..
உண்டானா.. உறங்கினானா..
எனக் கண்களுக்குள் வைத்திருந்தனர்
அத்தைகள்..

இப்படியானவனானான்
அப்படிச் சிறந்தவனானான்
என நெஞ்சில் நெளியும்
தங்கப் பரிசோடு

பாராட்டிக் களித்தார் தேநீர்க்கடைகளில்
நரையரும்பும் அப்பா..

தேர்ந்து தேர்ந்து..
தன்னைப் போல் குணவதியாக
கற்றறிந்த கண்ணியளைத்
தேடிக் கொண்டேயிருந்தாளன்னை..

ஆயுளையூற்றி ஆக்கிவைத்த
இந்த இனிய கனவுதான்..
மதங்கள் வெடித்த வெடிகளால்
நெஞ்சு பிளந்து
அடையாளம் தெரியாமல்
தொலைக் காட்சி நேரலையில்
தெரிகிறது..

இரண்டு கால்களையும்
அகலப் பரப்பிக்கொண்டு
வீசியெறியப்பட்ட சாசேயின்
ஓரத்தில் தங்கியுள்ள
பூண்டு ஊறுகாயின் எச்சங்களைப்
பிதுக்கி நக்கியபடி
மேலும் ஒரு மிடறு
குடித்துக் கொண்டிருந்தார்
அந்தத் தொலைக்காட்சிக்கு
முன்
கடவுள்...

18-10-2023ல்

குனித்த புருவம்...

சரி..

வேலிகளழிந்து போனாலும்
கோயம்பேட்டிலும் பழமுதிர் நிலையங்களிலும்
மட்டுமே கிடைக்கும் அந்தக்
கொவ்வைச் செவ்விதழில்
குமிண் சிரிப்பு..
சரி..

எரியும்
விரியும்
மறியும்
குவியும்
சும்மாயிருந்து சுடரும்
இயங்காற்றல் நிறைவிலியின் குறியீடாக
இனித்தமுடைய எடுத்த பொற் பாதம்...

சரி..

ஐரோப்பிய அணுவாராய்ச்சி
நிறுவன வாசலில் நின்றாடுவது

இன்னும் சரி..

உய்த்துணரப்பட்டோ தன்னியல்பாகவோ
அணுவியக்கம் போல்
ஆடல் வல்லான் உன்
நுண் ஆட்டம் அமைகிறது...

மெத்தச் சரி..

காஸ்மிக் ஆட்டமாம்..

இருக்கட்டும்..

ஹிக்ஸ் போஸானை
நடனத் துகள் என்கலாம்..

தவறில்லை..

காரணா என்று
தாத்தா அழைத்தது

ரொம்பச் சரி..

மழித்தலும் நீட்டலும் வேண்டாமெனக்
குறளாக்கியோனைச்
சொல்லச் சொன்னது
மனித்தப் பிறப்பிலோர் மகத்துவம்தாம்..

சிறப்பிலும் சிறப்பு..

கால நித்தியம் கணக்கற்றுப்
பயணிக்கும்
வாழ்க்கை நிறத்தங்கள்
வரும் போகும்..
என்று காசினிக்குணர்த்தியது

மெத்தச் சரி..

ஆனாலும்

தொடக்கமும் நிறைவுமிலா
காலக் கற்பிதம் காட்டும்
நடனப் பூரணா
உனக்கு சட்டமும் தெரியவில்லை..
சமூக நீதியும் புரியவில்லை..

       சும்மாவே ஆடிக் கொண்டிருந்தால்
       எப்படியப்பா..
       ரெண்டெழுத்தாவது படி...

06-10-2023ல்

இருக்கை

இந்த நாற்காலியில் தான்
அமர்ந்திருப்பார் அப்பா எப்போதும்..

அந்த மாம்பலகைப் பெஞ்சுகளில்தான்
கொசுவலையின்றி
நிலவில் தூங்குவார் அப்பா..

கொல்லைப் புரத்து விஜயங்களின் போது
பலா மரத்தாலான ஸ்டூலில் அமர்ந்தே
அம்மாவைத் திட்டியவண்ணம்
உண்ணுவார் பிதா..

கொல்லையோரத்தில் நிற்கும்
வேம்பின் பெயர்ந்த வேரில்
அமர்ந்துதான் பார்த்திருக்கிறேன்
அம்மாவை நான்..

வீடு முழுக்க இருக்கைகளிலிருந்தன
விதவிதமாய்..
அம்மாயி வாங்கித்தந்த வெண்கல
முக்காலிகள் மூன்றிருந்தன..
ஆனாலும் அம்மாவிற்கென்று
இருக்கைகளேதும் இருந்ததில்லை.. இந்த
வீட்டிலும்.. வேறெந்தப் பல்கலைக்கழகங்களிலும்...

25-03-21ல்

மையை உதறுகிறபோது
அது அலை பேசியின் கண்ணாடித்திரையில்
விழுந்து புள்ளிக் கோடுகளை
இட்டு நிரப்பியது..

அது அழியா மை கொண்ட
குறி பேனாவின் மை..

அந்தப் பேனாவில் அப்படித்தான்
எழுதியிருக்கிறது..

நிலையான அழியாத வண்ண மையை
எங்கப்பர் நடேசரும்
எங்கள் பூட்டன் ரெங்கசாமியும்
கண்டே பிடிக்கவில்லை..

அவர்களிடம்
பனங்கிழங்கு வாசனையுடன்
நத்தை பாதக் குளிர்ச்சி மினுங்கும்
சொற்களே இருந்தன..

குழியாத புதைகுழியை
கண்ணாடியால் செய்ய முடியுமென்று
அவர்கள் நம்பியிருந்திருக்க மாட்டார்கள்..

பிறகும்..
ஆடை தூக்கிப் பார்த்துத்தான்
அறுத்தார்களாமே..
இருக்கலாம்.. யார் கண்டார்கள்..

எல்லோரும்
மயிலிறகினும் மென் பனியிலும்
மெல்லிய கூர்முனைப் பேனாக்களை
வாங்கிச் செருகிக் கொண்டு பறக்கையில்
நான்தான்
மையூற்றுப் பேனாக்களில்
மை நிரப்பிக் கொண்டிருக்கிறேன்..

பூமி
யாரைக் கேட்டுக்கொண்டு சுற்றுகிறது..
அது பாட்டுக்குச் சுற்றுகிறது..
கிறுக்கு..

03-03-2020ல்

எப்படி வலிக்குமோ..
மிதக்கும் சொற்கள் எவையும்
அந்தச்சாறுதனை உறிஞ்சிக்கொள்ள
மறுக்கின்றன..

கண்டிப்பாக அடிக்கப்போகிறார்கள்
என்றுதான் காட்சிகளின் அசைவு
குறிப்பானாக்கிக்கொண்டுள்ளது..

ஒலி புகா கண்ணாடியாலான
தடுப்பிற்கப்பாலிலிருந்து வலி முறுவலிக்கிறது..

ஏதேதோ வசவுகளையும் தூற்றுகிறது..

வலியின் பாவனைகளை இங்கிருந்தே
யூகிக்க முடிகிறது..

ஒலியேதும் கேட்க வாய்ப்பில்லையெனினும்
வலியின் வாசனையை
நன்றாக நுகர இயல்கிறது..

நேர்த்தியாகத் துவைத்து
கவனமாகக் கஞ்சியில் நனைத்துலர்த்தி
அழுந்தத் தேய்த்து
புடைத்து நிற்கும் வெறும் வெற்றுப்
பிழைப்பிற்கான கருத்துருக்களின்
மோகனமான சுகந்தமே அது..

கழுத்துவரை விழுங்கப்பட்டப் பின்னர்
வலியின் கண்களை
நேருக்கு நேராகக் காண்கையில்
பதிவு செய்யவென்று
எந்த மொழியிலுமே சொற்களில்லையோ..

தங்களைச் சுற்றியொரு அடர் இருள்
கவியாதா என
எல்லாச் சொற்களுமே
பிரார்த்திக்கத் தொடங்குகின்றன..

25-02-2020ல்

> "We Dance Round in a Ring...
> and Suppose..
> But.. the Secret Sits in
> the middle and knows"
>
> —Robert Frost

அந்த மூன்று கோடியை
எங்கே வைத்தாய்..
தேவாளக் குளக்கரையில்தான்..

மூதேவி..

தேவாள வயக்காடு விற்று
முப்பதாண்டுகளாச்சு..

இன்னொரு இரண்டு கோடியை
எதில் புதைத்தாய்..

வடுவம்மை வயக்காட்டு
வரப்புகளில் தான்..

அறிவுக்கொழுந்தே..
அவை விற்கப்பட்டு
ஆயிற்று இருபத்து மூன்று வருடங்கள்..

அந்த நான்கு கோடியை
எங்கே புதைத்தாய்..

பொன்னங்குண்டு ஓடையடியில்
அல்லவா ஒளித்து வைத்தேன்..

அடப் பயித்தியமே....
ஓடை வயக்காட்டை
தொண்ணூற்று நான்கிலேயே
விற்றுத் தொலைத்து விட்டோமே..

ஒரு ரெண்டே முக்காக் கோடி
கொடுத்தேனே என்னாச்சு..

கப்பலோடை ஆலமரத்துக்
கிளைகளில்
தொங்கவிட்டிருக்கிறேன்..

மடச்சாம்பிராணி..

கப்பலோடை வயக்காட்டை
விற்றுத்தானே..
கல்வியெலாம் கற்றது..

பிறகு..

பணமெல்லாம்
இந்த ஒழுகுகிற ஓட்டுவீட்டில்
ஐயாயிரம் பொத்தல் ஓடுகளாகவும்
சுற்றியிருக்கும் நான்கு தப்படியில்
பூத்துக் குலுங்கும்
செம்பருத்திப் பூக்களாகவுமா..
இருக்கிறது..

இருக்கலாம்.. இருக்கலாம்..

ஓ.. அப்படியா.. இருக்கலாமா..

அதுவுஞ் சரி..
ஷாராஜ் சொன்னது போல்
இருக்கலாம்களும்
இருக்கலாம்களும்
இருக்கலாம் தானே..

22-11-2020ல்

அன்பெனப்படுவது
மீமிசை மேலே..
மென் மேலும் மேலே..
மேலேக்கும் மேலே..
அதன் மேனின்று பார்த்தால்
குற்றங்குறையொன்றுமே
தெரிவதில்லை..
புள்ளிகளாய் நகர்ந்தியங்கும் அவை..

ஆனந்தமோ
சின்னச் சின்னச் சுடர்களாய்
உச்சிக்கு மேலே வியாபித்திருக்கும்...

26-01-20ல்

ஆட்டம் ஒன்று

உடம்பிற்குள் இரத்தம் இருக்கிறது
என்று தெரிந்து வைத்திருக்கிறார்.
கடவுள்...

இரத்தம் என்பது ஒரு சத்து நிறைந்த
பானம் என்று
முடிவெடுத்திருக்கிறார் கடவுள்...

இரத்தம் சிந்தினால்
மனிதர்கள் நாம் செத்துப்போவோம்
என்றெழுதி வைத்திருக்கிறார் கடவுள்...

இரத்தம் எடுத்தாலோ கொடுத்தாலோ
மரணிப்பதில்லை என்று
வரமளித்திருக்கிறார் கடவுள்...

சிந்தாமல் சிதறாமல் உறையாமல் திரியாமல்
உறிஞ்சும் மந்திரத்தை
கொசுக்களுக்கு உபதேசித்திருக்கும்
கடவுள்

தொடர்ந்து கடவுள் பதவிக்கு ஆசைப்படுவது
மகா அயோக்கியத்தனம் என நாம்
புரிந்துகொண்டாலும் அவர் அவமானப்படுவதில்லை

சுந்தரராமசாமியும் சொன்னாரே
உடையாத நெளியாத
மரப்பாச்சிப் பொம்மைக்குக்
காய்ச்சல் வந்தே ஆகவேண்டும்

18-09-2014ல்

ஆட்டம் இரண்டு

இன்றைய நாள்களில்
மிகவும் விலையுயர்ந்த
நனி சிறந்த ருசியானது கடவுள் ருசிதான்...

கடவுள் ருசியினும் பிரபலமானது
அதற்கான வேட்கை...
வேட்கையினும் நுட்பமானவை
அதற்கான விளம்பரங்கள்...

கடவுள் ருசியை விண்டவரில்லை
கடவுள் ருசியைக் கண்டவரேயில்லை
கடவுள் ருசியை உணர்த்த முயலும்
பயிற்சி நிறுவனங்கள்
போலியான ருசிகளை பிராண்ட் செய்கின்றன

நானறிவேன் கடவுள் ருசியை
என்பவரின் மனச் சமன் சந்தேகத்திற்குரியது

ஞெகிழியாக மாறியுலவும் சித்தர் சொல்கிறார்.
சயனைடின் ருசிதான் அதுவென்று...

ஒரு சிட்டிகை அளவு
அல்லால் ஒரு சொட்டளவு நாக்கில் கண்ணில்
செவியில் நாசியில் வைத்துவிட்டால்
அயனி மாற்றம் வழி
மூளையில் தங்கிக்கொள்ளுவதால்
மயங்கிச் சரியும் குழாமனைத்தும்...

அப்போது காட்டலாம்
அ... பாருங்கள் இந்தப்
பிண்டக்குவியலை

இதுவே பிரபஞ்சம் அறியா
கடவுள் ருசியின் மகிமை என்று....

மக்கள் கையேந்தியவண்ணமுள்ளனர்
யாருமே
இல்லையென்று சொல்வதில்லை...
ஒரு சிட்டிகை தர எப்போதும்
தயாராய் இருக்கிறோம் எல்லோரும்...

போதும் போதும்
நீங்கள் வரிகளுக்கிடையில் படித்தது
வரிகளையும் படியுங்கள்
ஒன்றும் குடிமுழுகிப்போகாது
என்கிறார்
சதுரகிரியில் காற்றாய்
சந்தன வாசனையோடலையும்
ஒரு சித்தர்

24-09-2014ல்

மலை

வயிராற சுரந்து தந்த பின்னர்
ஓய்ந்து கண்ணயரும்
குட்டிகளீன்ற விலங்கென
மெத்தெனப் படுத்துக் கிடக்கிறது
மலை....

ஊட்டிப் போன குட்டிகள்
இன்னும் திரும்பவில்லை
போலிருக்கிறது...
அப்படி ஒரு உறக்கம்
சுழலுவது தெரியாமல்
உறங்கும் பம்பரமென...

உயருவதென்பது எதிரேறுதல்
உச்சியெனப்படுவது
வீழ்ச்சியைச் சூடிய கூர்முனை
என்கிறது மலை...

பேசுகிறதா மலை....

விழுங்கலுக்குச்
சுவடுகள் பராமரிப்பதில்லை
நீர்ப்பரப்பு...

பேசுவதில்லை மலை...

மொழியற்றுப் போனால்
எளிதில் சாமியாகிவிடலாமென்று
மலைகளுக்குத் தெரிந்திருக்கிறது...

ஊருக்குள் மலை விழுங்கிகள்
இருப்பதாகப் பூச்சாண்டியுண்டு...

மலை விழுங்கும் முயற்சிகளில்

மரக்கிளையைக் கவ்வித் தொங்கும்
நாய்க் குட்டியெனத்
தொங்குகிறார்கள் மனிதர்கள்

என்றெழுதுகிறது மலை

கசாப்புக்காரர்கள்
மலைத் தசை கொய்கின்றனர்...
மவ்னமும் எதிர்ப்பென்று
கொய்தவரின் பெயரர்
தனது பூட்டனின் திருவுருவப்படத்தைச்
செருப்பாலடிக்கப் போகின்றார்...

மலைக்கருகில் போகிறபோதெல்லாம்
கட்டிப் பிடித்துக்கொள்ள அவா...

கோழிக் குஞ்சுகளைப் போல
செல்லங் கொஞ்சிக்கொண்டு
நிற்கிறேன் மலையருகில்....

எத்தனை மலைகள் பார்த்தாலென்ன
எட்டாம் வகுப்பில் பார்த்துப்
பதிந்து
மனசுக்குள் படுத்துக்கிடக்கும்
அந்த ஒரே மலைதான் எல்லா மலையும்...

18-10-2013ல்

ஒளியை உடலாகப்
பெறும்படியான சாபத்தை
வரமெனக் கோரியவள்
மனம் திருந்தி
கையளவு இருள் யாசிக்கிறாள்....

இருள்
விறகு அடுப்பின் காந்தலைப் போல்
ருசியானது...
தணலில் சுட்ட
மரவள்ளிக் கிழங்கென
வாசனை நிரம்பியது...
இருள்
கவசமெனக் காக்கிறது....

தெற்குப் பார்த்த
ஓலைக் குடிசைக்குள் கால் பரப்பி
உறங்குவதைப் போன்றதொரு
லயிப்பு நேர்வது இருளில்தான்...

கையளவு தந்தால் போதுமாம்...
அதை ஊன்றி வைத்து வளர்த்து
முற்றி வைரமேறிய பின்
சின்னதாகச் செதுக்கி
கிரீடமொன்று செய்துகொள்ள
விழைகிறாள்...

நாமென்ன அத்தனைக் கஞ்சர்களா
பெண் என்றால் பேயாய்
இரங்க மாட்டோமா

நம்மிடமில்லாத இருளா...

8-03-2013ல்

பசியின் தோள்
உயர்ந்துகொண்டே போனதால்
அதன் மீதமர்ந்த நான்
தேவைக்குள் தாவி விழுந்தேன்...

என்னிடமும் ஒரு பாத்திரம் தரப்பட்டது...

அந்தப் பாத்திரத்தை வகுப்பறைகளில்
வைத்துக்கொண்டு உட்கார்ந்திருந்தேன்...

பயணங்களில் அப்பாத்திரத்தை
மத நம்பிக்கையுள்ளோரின்
குறிப்பிட்டப் பழக்கமென
தவறாது தவறிடாது பேணினேன்...

விழாக்களில் கிரீடமெனச் சூடியலைந்தேன்
மக்கள் கூட்டத்தில் கௌரவமாய் இருந்தது...

என்றாலுமது
வெற்றாயிருந்தது...

எலும்புகள் உடைகிறமாதிரி முறுக்கியுழைத்து
தசைக்கற்றைகள் தீய்ந்துருகிப்
போவதைப்போல உருண்டு புரண்டு
குளம் குளமாகப் பொங்கும்
வியர்வை விதைத்து
புதுமண இணையராய்
இடைநில்லாது நிலம் புணர்ந்து
அப்பாத்திரத்திலொரு பருக்கை நிறைய
வேண்டுமென்பதை அறியாது மலைத்துப்போய்
நின்றிருந்திருக்கிறேன்
அதன் கலையாக்கத்தில்...

உம் பாத்திரம்
காலியாகவே இருக்கிறது
எனதருமைத் தந்தையே
யென்றெமது மகவு வந்து
சொல்லுமிப்பொழுதிலும்...

24-10-2013ல்

எறும்புகளின் அணிவகுப்பு அழகானது...

இரத்தம் குடிப்பதில்லை எறும்புகள்...

வெளியே வருவதில்லை ராணி மட்டும்...

ஆப்பிரிக்க எறும்புகள்
பூஞ்சைகள் வளர்த்துண்ணுகின்றன...

கொல்வதற்கெனக் கடிப்பதில்லை
எச்சரிக்கின்றன எறும்புகள்
குழந்தைகள் அங்கைப்பூவில் முளைக்கும்
ஒரு சுட்டுவிரலைப் போல...

மறைந்து ஒழுகுவது
எறும்புகளின் வழக்கமல்ல...

தேடிக்கொண்டே இருப்பதையும்
இயங்கிக்கொண்டே உயிர்ப்பதையும்
வாழ்வென்று நம்புகின்றன எறும்புகள்...

சேமிக்கின்றன பேணுகின்றன போரிடுகின்றன
இனம் காக்கின்றன எறும்புகள்...

வார்த்தைகள்
அய்யோ வார்த்தைகள்
மூட்டைப் பூச்சிகளாய்ப் பதுங்குகின்றன...

05-02-2013ல்

காலக்கணுக்கள்

சாமியைப்போல்
கும்பிடுகிறார்கள்...
சாணியால் அர்ச்சிக்கிறார்கள்
▢

கால்கள் கிழிந்திருக்கும்
மரணம் வந்துபோயிருக்கும்
உழைப்பு தின்றிருக்கும்
பாதைகளை உருவாக்கியவர்களுக்கு
கைகாட்டிகளுக்கல்ல.
▢

பசிபிக்கைக்
கட்டிக்கொண்டு அலைகிறாய்...
உன்னைக் கண்டடைய
மிதந்தாலாகுமா...
▢

மூதாயின்
தோள்மீதிருக்கிறாய்
பார்
உன் கண்களால்...
▢

எந்தப் புள்ளியில் தொடங்கினாலும்
அதே புள்ளியில் நிறையும்...
▢

செத்துப்போய்
செத்துப்போய்தான்
செய்தி சொல்லப்படுகிறது.
▢

மண் பால் உண்டு
நம்பால் நிற்கிறது
மரம்.

உன் ஆற்றலை
எரி நீ...
முன்னோர் ஆற்றல்
கூட்டி வரும்
கூடவராது.

காக்கைக் கூட்டில்
ஐந்து ரூபாய் இருக்கலாம்...
கூடுகளை ஐந்து ரூபாய்க்கு
வாங்குவதில்லை
காகங்கள்...

வேடுவர்கள்
மிகுந்த கருணைகொண்டவர்கள்...
பிள்ளைகளுக்காகத்தான்
வேட்டையாடுகிறார்கள்...
பிள்ளைகளையல்ல...

எதைப் பார்த்து
ரொம்ப நாளாயிற்று
என்ன கேட்டு
காலங்களாயிற்று
எது பழையது
புதிதுதான்
புத்தம் புதிதுதான்
நீ புதுசானால்...

தஞ்சை சுகன் இதழ்

புற்களின் மீது காய்த்திருக்கும்.
பனித்துளிகளை மேயும்
பாதங்களைப் போல
வீதியில் சிந்தும் உயிரின வாழ்வை
மீண்டுமொருமுறை
சேர்த்துக் கோர்ப்பதெங்கே...

காகங்கள் எப்போதும்
சிட்டுக் குருவிகளின் குஞ்சுகளையும்
கோழிகளின் குஞ்சுகளையுமே
வேட்டையாடுகின்றன
காகங்கள் பறவையினம்தானாம்....

குயில்களின் குஞ்சுகளைக்
காப்பதாக வெளியிடப்படும்
அறிக்கைகளில் உண்மையிருக்கலாம்....

பறவை நேசத்தால்
குயிற்குஞ்சுகள் காக்கப்படுவதில்லை
என்னும் பேருண்மைகளை
அவ்வறிக்கைகள் மறைக்கின்றன.....

காகங்களுக்கென்றிருக்கும்
கூடிவாழும் உணர்வு
பகிர்ந்துண்ணும் பரிவு அனைத்தும்
பறவையினம் முழுமைக்கானவை என்று
காகங்கள் எந்தச் சபையிலும்
உறுதி செய்து கொள்ளவில்லை....

ஓ
நாம் காகங்களைப் பற்றித்தான்
பேசிக் கொண்டிருக்கிறோமா....

அக்டோபர் 2011ல்

பெருங்கருணை

கண்களில்
ஏன் புன்னகையில் கூட
வேட்கை வழிந்துவிடுவதனை
கண்டுபிடித்துவிடலாம்....
ஆனால்
ஒரு நடையின் அபிநயங்களில்
கண்டெடுத்து விடுவாள் அவள்
புணர்ச்சிக்கான விண்ணப்பங்களை

கண்டால்
நிர்மலமாகி நீளும்
அவள் விசும்பில் துலங்கும்
வெளிச்சம் கூனிக்குறுக்கு மெமை

ஆசையின் துணுக்குகளால்
செய்யப்பட்ட ஒரு முகிலும்
உற்பத்தியாவதில்லை ஆங்கே

தகிக்கும் தெளிவிற்கொதுங்கி
கள்ளிக்காடுகளில் சிதறிய
சொற்ப நிழலில் நின்று
மன்றாடினால்
தன் வெம்மை மிக்கக்
காற்றுக்கரங்களால்
மண்ணள்ளித் தூற்றிக்கொண்டே
ஓடி விடுவாள்

கள்ளித்தூரடியில்
நாய்பறித்துறங்கிய குளுமைக்குழியில்
கண்கிறங்கி நிற்போம் யாம்.....
துரத்தமுடியுமா அவளை....

முதிர்ந்த மேனிகொண்ட
குளக்கரையில் நின்று
இறைஞ்சிவிட்டு வீட்டுக்கு வந்தால்
வெம்மையும் வெறுமையும்
வாலாட்டிக்கொண்டு வந்து
குடத்தடியில் நிற்கும்...

புணர்ச்சிக்கான பொழுது....
மனங்கூடி மலர்வது
மகேசனுக்கும் தெரியுமா என்ன...

மனமிறங்கிக் குளிர்ந்தாளெனின்
ஆட்டுக்குட்டிகளை
மந்தைகளாகக் கூரை மீதேவி
விட்டதனைப்போல
'தட...' 'டொக்...' என ஆர்ப்பரித்து
கணுக்கால்களில் மின்னல் ஒளிக்க
கைவளைகளில் இடி முழக்கி
திணிந்த எம் அணுக்களின்
எல்லா இடுக்குகளிலும்
இறங்கி வந்து
பூரணமாக நனைத்தெடுப்பாள்...

மூக்கடைத்து மூச்சிற்காக
வாய் பிளந்தழும்
குளிக்கும் பிள்ளையைப் போல்
தேநீர்க்கடைகளில்
பாலக்கட்டைகளில் அவள்
அடங்காப்புணர்ச்சியில்
திளைத்ததனைப் பேசித்திரிவோம்...
கள்ளிக்காட்டிடையே
எம்மை வஞ்சித்தோடியதனை
மறந்து.

20-03-2013ல்

குறையோடம் வைத்துக் கரைசேர்வாயா நீ...

பிரபஞ்சம் குறையென்று
எப்படிச் சொல்லலாம் நீ....

தூக்கணாங்குருவிக் கூட்டை
தூயவெண் முத்தை
கோழிமுட்டைகளை — சுழலும்
கோள்களை பற்றியென்ன தெரியும் உனக்கு.

சதுரமான கோள்களையும்
கோணலான முட்டைகளையும்
சதுரமான மூளியான
சூரியன்களையும் கொண்டுவருமா இறை...

காலொடிந்தக் கோழிக் குஞ்சைக்கண்டும்
சுறாவாய்ப்படும் மீன் இனம் கண்டும்
இறை குறையெனப் பிதற்றாதே....

பிரபஞ்சம் நிறை

இயங்கும் சுழலும் வளரும் மாறும்
சும்மா இருக்கும் சுடராய்த் துளிர்க்கும்
நிறைந்த நிறை —

உழைக்கும் ஞானமற்று
விழிக்கும் அறிவற்று
ஊனமாக்காதே வெளியை

இறையெனப் படுவது
இயக்கமென்றுணர்க...

பெரிய பிரபஞ்சத்தை
மனசுள் கொண்டு மலர்க...

நிறையின் குறை நீ...
உழைத்துழைத்து
உய்த்துணர்ந்து
நிறையாய் நிறை நீ...

20-02-2001ல்

பனி பொழியும் விடியலில்
காளாவாய்த் தோப்புப்
பனைமரங்களை
கன்றீன்ற பசுவென
பாசம் தேக்கிப்
பார்த்துக்கொண்டு நிற்கும்
பெரியப்பா இடுப்பறுபட்டுச்
சாகவில்லை....

பால் கறந்துகொண்டிருக்கும் போது
செம்பால் அடித்து மயக்கப்பட்டு
வன்புணர்ச்சிக் காட்படுத்தப்படவில்லை
சின்ன அத்தை....

பறட்டையக்கா மேட்டில்
துண்டாடப்பட்டதாகச் சொல்லப்பட்ட
பெரியண்ணனின்
கால்கள் கிடக்கவில்லை.

தேவாளக் குளக்கரையில்
வாய்பிளந்து
தங்கையின் தலை விழுந்திருக்கவில்லை.....

கப்பலோடை ஆலமரத்துக்குக் கீழே
குவியலாகப் பிணங்கள்
அடுக்கப்பட்டிருக்கவில்லை

எனவே நாங்கள்
எங்கள் இழுமென்மொழியில்
உரையாடிக்கொண்டு பாட்டிசைத்தவண்ணம்
வாழ்வாடுகிறோம் நலமென....

ஆகா... நலம்... நலமே... நலம்கொள்க...

08-01-12ல்

பிள்ளைப் பருவத்து நினைவுகள்...
கண்ணீராகவும் ஏக்கப்
பெருமூச்சுக்களாகவும்
சின்னச் சின்ன ஒப்பாரிகளாகவும்
கரைந்த அம்மாவின் கனவுகள்...

விரல் தீண்டாது கண்ணியம் காத்த
பதின் பருவத்துக் காதல்....

இப்போராட்டம் தவறோவென்கிற
மதிமயக்கம்...

இல்லை வீரஞ்செறிந்தது இதுதான்
என்னும் முடிவு...

விடுதலையை இப்படித்தான் விதைத்துப்
பயிரிட்டாக வேண்டும்
எனும் துடிதுடிப்புணர்வு...

இன்னும் பார்க்காத
புவியின் தேசங்கள்..
இதுவரை வாய்க்காத
கலவிக்கான விழைவு...

அறிவிப்பிற்கும்
துப்பாக்கி விசை அழுத்தப்படுவதற்குமான
இடையீட்டு நொடிகளில்
என்ன மின்னியிருக்கும்
அந்த ந்யூரான்களில்...

அந்த மின்னல்தான்
இதற்குப்பின்னரான க்ரோமசோம்களில்
செய்தியாக செதுக்கப்படவிருக்கிறது...

அந்த ஓலங்களின் அலைநீளம்
தெரிந்தாலதனையே
நீளும் கண்ணுக்குத் தெரியாத
உலோகத்திரட்டாக்கி
ஞெகிழ்த்தி நீளச்செய்து
கழிப்பறைப் பீங்கானுக்குள் செலுத்தி
குதம் கிழித்து தலையைப் பொத்துக்
கொல்லலாம் அவனை....

தேவை இப்போது
காற்றில் கலந்திருக்கும்
அந்த ஓலங்களின் அலைநீளம்தான்...

உட்டோப்பியக் கற்பனைகளோடு
கன்னத்தில் கை வைத்துக்கொண்டு
உறைந்துபோய் உட்கார்ந்திருக்கிறது
எம் இயலாமை....

15-02-16ல்

பால் வேண்டுமாம்
பொட்டலமாக
ஆ வின் பால்

செல்லமாக
பசிய மூங்கில் புல்மெத்தைமீது
சமையல் கட்டோரம்
கண்ணயர்ந்திருக்கும் கன்றை

செல்லக்குட்டி... இந்தா எந்திரி
னொம்மா மேச்சல்லேர்ந்து
வந்துட்டா பாரு
என்றெழுப்பி அவிழ்த்து விட்டால்
பள்ளம் கண்டு பாயும்
புது வெள்ளமென
குதித்தோடி மடிமுட்டும்
பிஞ்சுவாயால்...

புளியோடு சாணிபோட்டு
வெள்ளிபோல் விளக்கிய
வெண்கலச் செம்பெடுத்துக்கொண்டு
தத்துக்காப் பித்துக்காவென
ஓடுவார் பாட்டி கன்றின் பின்னால்...

கோமியம் பிரித்து
மடியிறக்கி சொரப்பு விட்டு
மூத்திரம் மோந்து
கருணை செய்ய
வாய் நுரைக்கக் குடித்தபிறகு
போதும்டி செல்லக்குட்டி
வீட்லருக்ற குட்டிகளுக்குக்
கொஞ்சூண்டு குடேந்
என்று இழுத்துக் கட்டிவிட்டு

கறந்துவந்து
உள்ளங்கையில் இளஞ்சூடுபதிய
தருவாரே பாட்டி...

உடம்பை அம்புபோல்
செலுத்திப் பாதுகாத்ததே

கண்களை சுடர்போல்
எரியவைத்ததே

எலும்புகளை இரும்பு தாங்க
அருளியதே

அது ஆ வின்பால்

என்றா
இறகு கட்டிக்கொண்ட இவளிடம்
சொல்லமுடியும்....

பேசாமல் போனேன்
அங்காடிக்கு
காவிரிப்பூம்பட்டினத்து
நாளங்காடி நினைவிலாட...

(செங்கான் கார்முகிலின் காவியம் இதழ் மற்றும் சாகித்ய
அகாதமியின் தஞ்சை அமர்வு)

வையகம் நடுங்கிக்கிடக்கிறது

ராட்சசியைப் பிணைத்துள்ளார்கள்....

உங்கள் சட்டங்களின் பிறப்புறுப்பும்
என்னுடையதும் ஒன்றுதானென்று
கூட்டமொன்றில் பேசிவிட்டாளாம்

அவதூறு வழக்கு...

ஊர்கூடி நிற்கிறது...
குலைந்து தவிக்கிறது ஒலியண்டம்...
இன்றிரவு எட்டு மணிக்கு விசாரணை

சோதித்துவிட்டார்கள்...
இரண்டு தனங்களும்
ஒரு ஈனுறுப்பும் இருக்கிறதாமவளுக்கு...
பூவுலகம் இரசித்திட மலைகளையல்ல
ராட்சசன் ஒருவனைத்தான்
கலந்தாளாமவள்...

பதினாறும் பெற்றவள்
தாய்ப்பால் ஊட்டியவள்...
கொன்றும் தந்தாள்தான் பிள்ளைகளுக்கு...

நீங்கள் தரவில்லையா
உங்கள் பிள்ளைகளுக்கு
என வாதம் வைக்கப்படலாம்
அவள் சார்பாக என்று எதிர்பார்க்கப்படுகிறது...

யுகாந்திரங்களாக
சந்தேகங்கள் பூத்துக்கிடக்கும்
இவ்வொலியன்கள் தனக்கிழைத்திருக்கும்
அவமானங்களை துரோகங்களை

எடுத்துக்காட்டி அவளே நின்று
வாதுசெய்யப் போவதாகப் பேச்சு...

நிரபராதியென்றொரு தீர்ப்பிற்காகவும்

வழிபாட்டுத் தலங்களிலும்
சட்ட மன்றங்களிலும் கல்விக்கூடங்களிலும்
இவ்வொலியன்களுக்கான
தடை நீக்கப்படுமென அறிவிக்கப்படுவதற்காகவும்

அமைதியாக உட்கார்ந்திருக்கிறாள்
ராட்சசி...
பிள்ளைகளுக்கெல்லாம் பால்சுரக்கும்
விம்மி நிமிர்ந்த நகிலங்கள் தாங்கி
வீரம் செறிந்த பெருமக்களை
யீன்றெடுத்த ஈனுறுப்பு நிலமழுந்த
தந்திரங்களை வென்ற ஒளிறுவாள்
நிலத்தில் ஊன்றி.

(09-02-2014-ல் ஹைதராபாத்தில் நிகழ்ந்த சாகித்ய அகாதமியின்
கவிதை அமர்வில் வாசிக்கப்பெற்றது).

என்ன செய்வாய்...

கைகோர்த்துன்னை அழைத்துச் செல்வார்களா...

நாங்கள் விரட்டிவிட்டுவிடுவோம்...

உன்னருகே வரும் வரிசையில்
மெல்லக் கலந்துவிடுவாயா

நாங்கள் கொத்தியெடுத்துச் சென்று
சிறையிலடைப்போம் கொலை புரிவோம்

எல்லோர்க்கும் அறிமுகம் செய்விக்கப் படுவாயா
நாங்கள் எல்லோருக்கும் எச்சரிக்கை விடுப்போம்

பணிகளில் உடனே ஈடுபட்டுவிடுவாயா

நாங்கள் வழங்கக் கூடாதென
சுற்றறிக்கை அனுப்புவோம்

அங்கு பேசிய மொழியாலேயே இங்கும்
பேசிக்கொள்ள அனுமதியுண்டா —
வாய்ப்புகளுண்டா...

நாங்கள் ஒரே மொழிதான் என்று
ஊரடங்குச் சட்டம் செய்வோம்...

ராணியிடம் அழைத்துச் செல்லப்பட்டு
அங்கீகரிக்கப்பட்டதாக அறிவிக்கப்படுமா

நாங்கள் ராணிகளின் கவனத்திற்கே
எடுத்துச் செல்லமாட்டோம்...

வேறாரும் கடித்துண்ண விட்டுவிடுவார்களா

நாங்கள் வெளியுறவுக் கொள்கைக்கு
முரணென்று வாளாயிருந்து விடுவோம்

உனக்குப் புணர் உறுப்புகள்
இல்லையென்பதால் மகிழ்வார்களா

நாங்கள் அறுத்தெறிவோம்
கலப்பிற்குச் சாத்தியமென்பதால்

என்ன செய்வாய்
சாப்பாட்டுப் பையுடன் என் அலுவலகம்
வந்துவிட்டச் சிற்றெரும்பே...

(01-02-05 மாலை 7.33 மணி)

எல்லாம் சரியாகிவிடும்
ஒரு விளக்கு எரியும்
கொஞ்சம் ஒளி கிடைக்கும்
காலடி தெரிந்தால் போதும்
எத்தனைப் பெரிதாக இருந்தாலும்
காட்டிருளைக் கடந்து விடலாம்.

14-01-2023 ல்

எதுவானதது

கலைகளின் கலை...
கருத்துக்களின்
கவின் கரு ....
எழுத்துக்களின் தலை...
படைப்புகளின் படைப்பு..
அவதானங்களின்
அவதானம்...
கவனங்களின் கவனம்...
நுண்மைகளின் நுட்பம்...
உண்மைகளின் நியூட்ரினோ..

கடவுளின் மொழியுரு..
மொழியின் அளி...
அளியின் மொழி...
புதுமைகளின் புதுக்கு...
பண்பாட்டின் புலன்...
மாற்றங்களின் தோற்றம்...

ஓடும்போது நிற்பது...
நிற்கும்போது ஓடுவது...
ஒளிர்ந்திருக்கும் சிஸ்ட்....
ஊடுருவும் உயிராற்றல்...
இயக்கங்களின் இயக்கம்...
இருண்மைகளின் கூர்...

அசையும் உறைநிலை..
உறைந்திருக்கும் அசைவு...
இன்மைகளின் இருப்பு...
இருத்தலின் இன்மை..
நிலை மறுப்பு...
நிலை மறுப்பின் நிலை மறுப்பு...

எதிர்ப்பின் உயிர்ப்பு...
மறுப்புகளின் துளிர்ப்பு...
இதுவின் அது...
அதுவின் இது...
தரிசனங்களின் எரி...
தணல்களின் கரி...
நீர்மையின் அடர்த்தி...
அடர்த்திகளின் கூர்மை...

இராப்பூக்கும் சுடர்கள்...
சுடரும் மந்தணம்...
மாறும் விரிவெளி...
மாறாத ஒளிச்சுடர்...
தணலாடும் கனல்...
கனல்கொள்ளும் தணல்...
பேரண்டப் பிரக்ஞை...
கால வரலாற்றுக் கருந்துளை...
பெருவெடிப்பு...
நில்லா ஈர்ப்புவிசை...

எதுவின் எது....
ஏனின் ஏன்...
ஒளித்துகள்களின் காரணி...
காரணிகளின் மறுப்பு...

கதவு...
கனவு...
விழி...
ஒளி...
மாற்று...

பெண்மையில் பெண்...
ஆண்மையில் பெண்...

அசைவுகளின் அசை...
மௌனத்தின் இசை..
வெம்மையின் தண்மை..
தண்மையின் தீ...

நின்றாடும் பேராற்றல்...
பேராற்றலின் நின்றாட்டு...

.... தான் கவிதையோ

பிறகும்தான் கனல்கிறது..

கவிதையென்றால்
என்ன?

25-04-2016ல்

நினைவுச் சின்னம்...

நீல வானம் நிறமற்றுருகி
ஒவ்வொரு நவ துளியாய்
குடை மீது
பொட பொடத்தது...

ஈராயிரம் ஆண்டிற்கு முன்னர்
விதைக்கப்பட்ட மாமழை
என்ற சொல்
இன்னும் நின்றொளிர்கிறது...

அம்மாவின் மீன் குழம்புச் சட்டியின்
பண்டியில் ஒட்டியுள்ள
கரி போல் கருத்துக் குழையும் மஞ்சு...
பால் மடியாகச் சுரந்துகொண்டேயிருந்தது..

குடைக் கம்பிகளில்
சொட்டும் வானத்தை
உள்ளங் கைகளுக்குள் வாங்கி
கவின் குமிழ் வதனங்களின் மீது
தெறித்துக் குறும்பாடினால்
துமிகள் சூடிய வதனங்கள் வைரம் சூடிய
வரங்களாகும் ...

வண்ணக் கைப்பிடி கொண்ட
மான் மார்க் குடைகள்
எங்களுக்கு வெகுமதிகள்...
பள்ளியே திரும்பிப் பார்க்கும்..
தலைமையாசிரியர்
சுற்றுக்கு என்னிடம் தான் குடை கேட்பார்...

வளைந்த பிரம்பு கைப்பிடி கொண்ட அப்பாவின்
குடைகள்
ஒருபோதும் மல்லாந்ததில்லை...

குடைகளிருக்கும் வீடுகளை
அப்போதைய நன்மை செய்யும்
பூச்சி குழாங்கள் கவனிக்கவேயி ல்லை...
குடைகள் இருக்கும் வீடுகள்
கவனமாகக் கண்காணிக்கப் படுகின்றன இப்போது...
எல்லா
பூச்சி இனங்களும் நன்மையைச் செய்வதில்லையே....

அம்மாயிக்குக் குடைகள் பிடிக்காது...
அம்மாயிக்கள் குடை பிடித்தால்
அய்யாக்களுக்கும் பிடிப்பதில்லை....
உரச் சாக்குக் குடலை அல்லது
அம்மாயியே தென்னையோலைகளில்
பின்னிக்
கொண்டக் குடலை...

வெள்ளமோடும் ஒழுங்கைகளில்
கணுக்கால்கள் பதியப் பதிய
உங்கள்
பக்கத்து வீட்டு மாரியம்மாளோடு
முறுக்கு
வாங்கப் போயிருக்கிறீர்களா...
குடைக்குள் ஏது குளிர்...

படபடக்கும்....
இறைத் தூற்றும்....
பூந்துமி கிளப்பும் ...
மழைத் தண்
குளிர் சூழ
நூற்றைம்பது டிகிரி வெப்பமிருக்கும்
குடைக்குள்...

முறுக்கு மாவு கையிலிருந்தால் பொரிந்து போகும்...

குடை
வாங்கித் தராவிட்டால்
பள்ளிக்கூடம் போக மாட்டோம்...
செவ்வாக்கியத்தின் குடைக்குள்ளாகவே
எத்தனை நாள் போவது...

குடைகள் என்பவை அம்மாக்களின் குளிரன்பு....
அப்பாக்களின் பேரக்கறை...

.. மற்றபடி
நாங்கள் குடைகளுக்குள்ளும் குடலைகளுக்குள்ளும்
நனைந்தே கிடந்தோம்...

உயர்திரு அதிகாரி அவர்களே...
இப்போதெல்லாம்
எங்கள் வீடுகளில் குடைகளே இல்லை ...
எங்கள் ஊரில் குடை வணிகர்களும் இல்லை ...

எங்கள் வீடுகளை நீங்கள் தாராளமாகச்
சோதனையிடலாம்...
எங்கள்
வீடுகளில் குடைகளெல்லாம்
இல்லை ஐயா...

12 -11- 18ல்

கொசுவெழுதுதல்...

கொசுக்களைப் பற்றியொரு கவிதை எழுதலாம்
என்று கோபப்படுகிறீர்கள்....

கோபம் துளிர்க்கும்
வினை புரியும்... வீரியம் கொண்ட...
நீங்கள் யாக்கும் சாதாரண
தமிழ்க் கவிதை
தொங்கு நிலை ஆடை இடுக்குகளில் புகுந்து
கெண்டைக்கால் உறிஞ்சும்
எந்தக் கொசுவிற்கும் புரியப் போவதில்லை....
என்று கரிகாலன் சொல்லி இருக்கிறான்...

ஒருவேளை ஆங்கிலத்தில் மொழி பெயர்த்தால்
ரசிக்குமோ என்னவோ...
தபசியைத் தான்
கேட்க வேண்டும்...

தொண்ணூறுகளில்
உங்கள் கொசுக்
கவிதை ஒன்று ரொம்பப் பிரசித்தம்...

பிற்பாடு...
கும்பகோணத்தில்
பொதியவெற்பனிடமும்
மன்னார்குடியில்
ரா காமராசுவிடமும்
நீங்கள் சொன்ன கொசுக் கவிதையை
ரவி சுப்பிரமணியன் ரசிக்கவில்லை...
என்பதாலெல்லாம்
நீங்கள் சோர்ந்து போக என்ன இருக்கிறது...

அம்பை சொன்னது போல்
இந்த இருபத்தெட்டாவது
திருமண நாளில்
நான்கு கோடியே நாற்பது லட்சத்து பதின்மூன்றாவது
தோசையை
உங்கள் மனைவி வார்க்கும்போது
பஃறுளி யாற்றின் பன்மலை அடுக்கம் போல்
ஒரு நினைவுத்தூணை தமிழன்னைக்கு
நிறுவப்போவதாக ....
....நீங்கள் அரியணை ஏறினால் தான்....
சொன்ன பொழுதொன்றில் தோசைச் சிலுப்பியால்
உங்களைச்
சுடுவதற்குப் பதில்
அவள்
தன்னையே சுட்டுக் கொண்டாள் ...

சரி... சரி... கொசுக்
கவிதை என்னவாயிற்று...

...ஓ...அதுவா...

...ஒரு கொசுவா அடிப்பதற்கு ....

12-11-18ல்

உள் குழைதல்....

சன்னல் கண்ணாடி
அல்லது கண்ணாடிச் சன்னல்
தளர்ந்து தடதடத்து
பனை மட்டைக் கீற்றொன்றை மிதிவண்டிச் சக்கரக்
கம்பிகளில்
மோத விட்டுப் பிள்ளைகள் விளையாடும் போது
எழும் முள் ஒலி என இதயத்தில் மோதிக்
கொண்டிருந்தபோது

இருக்கையின் நுனி பற்றி
எழுந்து எதிர்த் திசையில் நின்று சிரித்து
நாக்கை நீட்டி கண்களைச் சிமிட்டி..
கோணல் பழித்துக் காட்டி மலர்ந்தது குழந்தை..

பின்னர்
கன்னியாகுமரிக்கே
கேட்கிற வண்ணம் ....
த்தாஆஆத்தாஆஆஆ.......
என்று அழைத்தது ..
இருபது ஆண்டுகளுக்குப்
பின்னர் தாத்தாவாகப் போகிற
பின் இருக்கைக்காரர்
சிரித்தார் சிரித்தார் மேலும் சிரித்தார்...

பிள்ளையின் புன்னகை..
காலத்தில் சுழலொன்றை உருவாக்கி
உள் குழைந்து இழுத்து நகர்த்தியது பேருந்தை

எல்லோருமே போய்
இறங்கிக் கொண்டார்கள்

தங்கள் தங்கள் பிள்ளைப் பருவத்து

வீதிகளிலும் வீடுகளிலும்..

11-11-18ல்

*என் கவிதை வீட்டின் வரிச்சுகள் அனைத்தும்
எம் மூதாதைகளின் ரத்த
நாளங்களாலும் நரம்புகளாலும் ஆனவை...
வெளுத்தும் உளுத்தும் கிடக்கின்றன..
வண்ணம் பூசி பூச்சிகள் கொன்று
காக்க வேண்டும்..*

நதியெனப் படரும்
குழல் வடிவ வளர் வீட்டிற்குள் இருந்து
சுவர்களுக்குள் ஊடுருவித் தின்கின்றன கரையான்கள்..
மருந்து பாய்ச்ச வேண்டும் துளையிட்டு,..

என் கவிதை வீட்டின் கூரை
பண்பட்ட மண்ணால் சுட்ட ஓடுகளால்
வேயப்பட்டது...
மழைக்குச் சலிகிறது
கோடைக்குக் கனல்கிறது..
குளிரில் மரவட்டை மழை..
எலி
வவ்வால் நடனம்...
ஆண்டுதோறும் பூரான் படுக்கை..
பூனைகளின் பிரசவம்..
கோழிகள் மைனாக்கள் சிட்டுக்கள் நாய்க்குட்டிகளின்
தங்குமிடம்..
ஆடு மாடுகளுக்கு ஒண்டுமிடம்....
என
நிலை கொள் உள்ளியங்கு பல்லுயிர்க் கூடமாய்
வாழும் உயிரி அது...

வேம்பின் நிழலாடும் முன்றில்...
ஆளோடும் முன் வாயில்...
பந்தல் கொட்டகை..
நடுவீடு ...
சாமி வீடு..

கசாலை...
அடுமனை...
ஆளோடும் பின் முற்றம் ...
என
பிரிவுகள் கொண்டியங்கினாலும்..
எம் கவிதை வீட்டின் எந்தக் கதவிற்கும்
தாழ் இல்லை...

எனவே
பூடகம் இல்லை
ரகசியம் இல்லை
அகன்ற
காற்றியங்கும் பொதுமை வெளியாய் அது...

சாளரங்கள் என்பதில்லை
சாளரங்களால் தான் ஆனதந்த வீடு..

எல்லா கம்பிகளும் துருவேறி நிறமிழந்து கிடக்கின்றன
உப்புப் பட்டை வைத்து தேய்த்தெடுக்க வேண்டும்
தளத்
தரையில் ஆயிரம் தெறிப்புகள்..
கிளைத்து ஓடுகின்றன...
நாளைப் பின்னே
அவை அகழிகளாக ஆகு முன்னே
பூசி மெழுக வேண்டும்..
எத்தனையோ பொங்கல் வந்து போன பின்னரும்
தொண்ணூறுகளுக்குப் பிறகு
சுண்ணமே பூசவில்லை..

எல்லோருக்கும் இப்போது நவீன வீடுகள்
இருக்கின்றன..
நல்லது..
எனக்கு
இந்த வீடே போதும் ...

என் மக்கள் கூட இந்த வேம்பு நிறைந்த குறு வெளியில்
இவ்வெளிய குடில் போதும் என்கிறார்கள்...

என் கவிதை வீட்டில் அடர்ந்துள்ளவற்றை
நான் சுத்தம் செய்து கொண்டே வளர்கிறேன்...
எத்தனை யெத்தனை ஆண்டுகள் நான் எங்கெங்கு
கிடந்து திரிந்தாலும்
இக்குறிய வரலாற்றுப் பண்பாட்டு வெளிக்கு
வந்தே தீருகிறேன்..

உங்களுக்குரிய கவிதை வீட்டில் நீங்கள் வசித்து
வாருங்கள்

நாடாப் புழுவைப்போல
இக் காலக் குறுநறுத்தின்
மீச்சிறு பிரதியாய்
குட்டிகளீனும் திறம் கொண்டு
தனித்தியங்கும் என் கவிதை வீட்டில்
என் இனிய வாழ்வும்
செழித்துக் கொழிக்கட்டும்

30-11-17ல்

*கரைந்துண்ணும்
நீள் பண்பாட்டை வரலாறறியும்..
கருமையாய் உறைந்த
இன உணர்வை உயிர்கள் வியக்கும்...
கரையாய் காக்கைப் பிள்ளாய்
என்ற கௌரவம் இருக்கிறது...
காடைகள் கவுதாரிகள் உள்ளான்கள் மற்றும்
ஆடுகளோடு போட்டியிட்டு
தார் வீதியில் அரிசி பொறுக்கும் சிறுபோரில்
கவனம் பிறழ்ந்து அடிபட்டக் காகத்திற்கு
சிறகுகளும் இருக்கத்தான் இருந்தன...*

24-1-18ல்

காலக்கணுக்கள்...

இங்கு ஒரு புன்னகை
அங்கொரு முறுவல்
உமிழ்வது சமாதானம்...
காய்ந்தால் வலை..
●

ஒவ்வொரு மோதலிலும் சேதமுறுகின்றன
விலை கொள் பொருள்கள்...
கண்டிப்பாக மோதுவாய் கதவிலும்...
●

இந்தக் கோப்பையின் ஆழம்
மூணேமுக்கால், விரற்கடை...
ஒரு ஒளியாண்டாகும்
தவறி விழுந்து விட்டால்....
●

வெட்ட வெளி என
விரிந்து கொண்டே இருக்கிறது...
மையூற்றும் பேனாவின் கொள்ளளவு...
●

பிறகென்ன
வணங்கத் தொடங்கலாம்
கொசுக்களை என்கிறார்கள்
பிள்ளைகள்...
●

தளும்பித் தவிக்கிறது...
எல்லோரும் படம் எடுக்கிறார்கள்...
ஒரு
மனிதருக்காகக் காத்திருக்கிறது
மண்வெட்டி..
●

ஓட்டை
ஒரு
முறை தான்
சுரந்து கொள்ள முடியும்...
மெல்லுடலி நீ...
●

மெல்லுடலியாக விரும்பாதே..
ஓடுகள் அல்ல.
கால்களே காக்கும்..
●

யாரோடு பேசுவீர்கள்...
வெறும் பெஞ்சுக்கா இல்லை நெஞ்சுக்கா...
அவர்கள் நெட்டில் இருக்கிறார்கள்...
இல்லையேல்
அவரவர் செட்டில் இருக்கிறார்கள்..
●

24-1-18ல்

ராசா
அங்கையின் விளிம்பு வரை
கணுக்காலின் கீழ் வரை
கையுறை காலுறைகளோடு மூடிக்கொண்டு
கம்பீரத்தின் மீதமர்ந்து பவனி காண்கிறார்...

படியாய்க் கிடந்து
பார்க்கத் துடிக்கும் புகைப்படக் கருவியின் கோணத்தில்

குட்டையாடை குலுங்க
ஈர்க்கு இடைப்போகா எழில் மிகு வன
நகிலங்களில் மீதி காட்டி எழிலாய்

கம்பீரத்தைச் சூடிக் கொண்டு சுழல்கின்றார் ராணி...

ஆடைகள்
கருத்துக்களால்
வடிவமைக்கப்படுகின்றன ....

29-5-17ல்

என் மாடுகளைப் பற்றிப் பேச
எனக்கு என்ன அருகதை இருக்கிறது..

அவைகளை
நெகிழிப்
பைகளுக்குள்
வாய் நுழைத்து மேய விட்டு விட்டு
வந்து விட்டேன்...

என் ஆடுகளின் பெருமை கூற
எவ்வுரிமையும் இல்லை எனக்கு...

அவைகளை
சரக்குந்துகளிலிருந்து
சிந்தும் அரிசிக்காக நெல்லுக்காக
தெருப் பொறுக்க விட்டு விட்டு வந்தேனே...

என் மரங்களைப் பாட
உரிமை யாதொன்றும் இல்லை எனக்கு...
நீரூற்ற வருவாரின்றி வளர்ந்து
சோர்ந்திருக்க வைத்து
புல் முளைக்கும் தரை அற
கால் விரல் நுனியிலும் சேறுபடாமல் இருக்க
சிமெண்ட் மூடி மெழுகி வைத்து வந்தேன்..

என் பறவைகளுக்கெல்லாம் என்ன செய்தேன் நான்..
வேலிகளையும் குறுங்காடுகளையும்
கொன்றதனால் வாழ்விடங்களைப் போக்கி
வதைத்துச் சிதைத்து வந்தவன் நான்...
நான் வாழ....

நான்.. நான்... வாழ... விட்டு விட்டு... விடுபட்டு... ஐயோ
...விடுபட்டு வந்தேனே...

வாழ்க்கையை அங்கேயே வைத்துவிட்டு
உயிரோடிருக்க.....

22-5-17ல்

காலத்தில் மிதந்தால்
அது நினைவுகளாகும் ...

காலத்தில் கரைந்தால்
அது வரலாறாகிவிடும் ...

நினைவெனில் நீ மட்டும் சுமப்பாய்...

வரலாறெனில் மக்கள் சுமப்பார்கள்...

25-5-2017ல்

உண்மையில்
என் கிளைமீதிருந்த
ஒரு
காயம் பட்டப் பள்ளத்தில்..
சேர்ந்திருந்த இலை தழைகளின்
மக்கிய
உர மண்ணிலான மடியில் தான்
விழுந்து கிடந்தாய்....

பின்னரான மழைக்கு
மெல்ல மெல்ல
முளைத்துக் கொண்டாய்..
மண் கரைந்து
என் வேரடியில் விழுந்து
மண் பற்றிக் கொண்டாய் ...

நீ
என் வித்தில்லை..
ஆயினும்..
கன்றெனக் காத்திருந்தேன்..

பிள்ளையெனப் பேணினேன்..
கிளை விலக்கி
வான் காட்டினேன்..
வேர் நெகிழ்த்தி
மண் சொன்னேன்..

வளர்ந்தாய்..

தோள்
உரசிச் சுகம் கொண்டேன்.,

உன் குரோமோசோமிலிருந்ததோ
என்னவோ..
வஞ்சத்தை
வேர்த் தூவிகளாக்கிக் கொண்டாய்..
இப்போது அவைகளை
என்
சைலம் ஃபுளோயம் நோக்கித் திருப்புகிறாய்..

ஆலின் கீழே ஆளாக முடியாது
என்ற
வசை ஒழியும் என நினைத்திருந்தேன்..

சொல்..
கைகோர்த்து வாழவா...
சாகவா .....
நான்.....

27-07-18ல்

மேலிருந்து
கவனித்துக் கொண்டிருக்கிறாரோ இல்லையோ
கடவுள்...
இந்த வாடகை வீட்டின் உரிமையாளர்
கவனித்துக் கொண்டிருக்கிறார்...
எத்தனை வாளித் தண்ணீரை
நான் புழங்குகிறேன் என்று...

11-08-2017ல்

இல்லாதிருத்தலில்...

அடர்ந்த வேலியில்
இரண்டின் மடங்கில்
கொடிகள்
எலிகள் உடும்புகள் கரையான்கள்
எறும்புகளின் வளைகள்
ஓணான்கள் பச்சோந்திகள்
பூரான்கள் செய்யான்களின்
குடில்கள்...
கண்கொத்திப் பாம்புகளின் ஊஞ்சல் நடனம்
சிட்டுகள் மைனாக்கள் செண்பகங்கள்
காகங்கள் பீங்கலாத்திகளின்
கூடுகள்

எல்லாவற்றையும்
வளர்க்கும் இந்த வேலிதான்
எம் மூதாதைகளின் களவுக் காதலையும் வளர்த்தது..

நிறைவு...

பத்து வகை மரங்கள் பலனுக்கென..
நாலு வகை மரங்கள் நிழலுக்கென..
ஐந்தாறு மரங்கள் மருந்திற்கென..
ஓரிரு மரங்கள் பலகைக்கென...

இனிதான நிறைவு...

மானுடத்தின் அலட்சியங்களால்
சுய நலத்தால்
கோபமுறும் காற்று
இங்கு
வந்து தான் தன்னைக் குளிர்வித்துக் கொள்கிறது..
பரங்கிக்
குடிநீர் வணிகம் குடித்தெடுத்த பின்னரும்
இந்தத் தோப்பில் தான் இனிக்கிற கிணறு இருக்கிறது..
அமுதத் தண்ணீர்....

நிறைவு...

அப்பாவோடு
கொட்டும் மழையில்
சாக்குக் குடலையோடு வந்து
வைத்த
நெடும் பனை மீது
இடி விழுந்து எரிந்ததனை
எண்ணித்
துயருறும் இம்மனசு..
சாப்பிட வைத்த பின்னும்
கையில் இருப்பதையே வேண்டுமென
மீண்டும் மீண்டும் கேட்கும் நாய்க்குட்டியைப் போல
அந்த இடத்திலேயே நிற்கிறது

நிறைவில்லை... நிறைவில்லை...

இல்லாதிருத்தலில்தான் இருக்கிறது
இந்த வாழ்வு
நிறைக மனசே என்கிறேன்..
நிறைகிறது மெள்ள...

அழகிய நிறைவு..

05-12-17ல்